चौसर

डॉ. श्रीकांत देशपांडे

notionpress.com

INDIA • SINGAPORE • MALAYSIA

ISBN
Paperback 979-8-90431-313-5
Hardcase 979-8-90451-859-2

चौसर

लेखक :

डॉ. श्रीकांत देशपांडे

देशपांडे हॉस्पीटल

जठारपेठ

अकोला 444005

mob : 9823177688

email : doctordeshpande@gmail.com

कॅप्टन माधव जोशींच्या घरासमोर भगतने आपली रिक्षा थांबवली.

“अण्णाss अण्णाss” त्याने हाक मारली. अण्णा ऊर्फ कॅप्टन माधव जोशी बाहेर आले.

“रामकृष्ण हरि अण्णा.”

“रामकृष्ण हरि. बोला भगत, कसं येणं झालं?”

“मंदिरात जात असाल ना आता, चंदाकाकूंनी फुलं दिलीत. हे घ्या.”

“तुझं ठीक चाललंय?” फुलं घेत अण्णांनी विचारपूस केली.

“माझं मस्त. एवढ्यात कुठला दौरा नाही केला माझ्या रिक्षातून?”

“अरे, पाहुणे यायचे होते गेल्या आठवड्यात. सुधाकरच्या गाडीतूनच आले स्टेशनहून. तुझ्याशिवाय मी जातो का कुठे?”

“अगदी खरं बोललात अण्णा. बरं येतो मी. रामकृष्ण हरि.”

मंदिरात फुलं वाहून अण्णा घरी परतले. घरा समोरील पटांगणात मारुती मंदिरा भवताल मुलं खेळत होती. परततांना त्यांचा डॉबरमन कुत्रा टफी त्यांच्याकडे बघून भुंकत होता. जणूकाही मला का नाही नेलं खेळायला असे सांगत होता. आज रविवार असल्याने सगळ्यांना सुट्टी होती. कलेक्टर कॉलनीत लगेच जाणवायचे सुट्टी असली की. अण्णा रिटायर्ड कॅप्टन असल्याने त्यांची दिनचर्या ठरली होती. वयाच्या बासष्टाव्या वर्षी ते सकाळी खूप लवकर उठत. स्नान पूजा आटोपून मंदिरात जायचे. आल्यावर व्यायाम करायचे. टफीला घेवून ग्राऊंड मध्ये चकरा मारायचे. तिथून आल्यावर थोडाफार नाश्ता करायचे. बहुतेक वेळी नाश्ता चंदाच करायची. सुधाकर गावंडे अण्णांचा मित्र, अगदी बाजूलाच घर होतं त्याचं. Realtor होता, शेतीवाडी होती, मळा होता. घरी गाडी, tractor, ten sitter minibus असं सगळंच होतं. त्याची बायको चंदा अण्णांची भक्त. फावल्या वेळात अण्णांकडील सगळी कामे अगदी आनंदाने करायची. अण्णांच्या बायकोचे, रमाचे अपघाती निधन तीन वर्षांपूर्वीच झाले. तेव्हापासून चंदा तिच्या लाडक्या रमाताईंची

घरची कामे कर्तव्याने करायची. सुधाकर कामांमध्ये फार व्यस्त राहायचा, त्यामुळे तिला भरपूर वेळ मिळायचा. अण्णा तर तिचे दैवत होते. त्यांच्याकडून खूप काही शिकण्यासारखं आहे असे ती सर्वांना सांगायची. सुधाकर, चंदाच्या बाजूलाच दामोदर डांगे, शाळा शिक्षक व त्याची बायको प्रमिला राहायचे. अण्णांकडे त्यांचेही वरचेवर येणे होतं. आज रविवार असल्याने सगळे मित्र अण्णांकडे सकाळीच जमले. आठवड्यातून एक दिवस हे एकत्रीकरण म्हणजे सारीपाट खेळण्याचा उद्देश. अण्णांमुळेच सर्वांना चौसरची आवड निर्माण झाली होती.

अण्णांची एकुलती एक मुलगी गायत्री दिवेकर अमेरिकेत टेक्सास मधील ऑस्टीन शहरात एका मोठ्या हॉस्पीटल मध्ये फिजीशियन होती. तिने तिथे छान नाव कमविले होते. तिचे पती अरविंद दिवेकर इंजिनीयर होते व त्यांचा फास्ट फ्रेंड हॅरी सोबत Semi Conductors ची foundry होती. त्यांचे Semiconductors जगात सर्वदूर मार्केट व्हायचे. अरविंद-गायत्री यांची मुलगी सानिका व गायत्रीच्याच हॉस्पीटल मधील नर्स ग्रेसी, जी हॅरीची बहीण होती हे सर्व अनेकदा वेळ मिळाला की कॅन्टीन मध्ये भेटायचे. सानिका १४ वर्षांची होती. तिची स्कुल बस हॉस्पीटल जवळच थांबायची. तिची शाळा अगदी हॉस्पीटल शेजारीच होती. रविवारी फाऊंड्री मध्ये सकाळी मिनी पार्टी असायची. सुट्टीचाच दिवस असल्याने अरविंद, गायत्री, सानिका, हॅरी व ग्रेसी मिनी पार्टीच्या निमित्ताने धमाल करायचे. अख्ख्या अमेरिकेत अशाच प्रकारे आयुष्याची मजा घ्यायचे सगळे. आयुष्यात काम करायचे आणि फावल्या वेळात खाओ, पियो, मजा करो अशीच जीवन पद्धती होती.

डिसेंबर उजाडला. अमेरिकेत सुट्टीचे दिवस. सानिकाचा भारतात अण्णांकडे यायचा प्लॅन निश्चित झाला. अण्णा म्हणजे जीव की प्राण तिच्यासाठी. दरवर्षी मे महिन्याच्या कडक उन्हाळ्यात ते ऑस्टीनला जायचे, चांगले महिनाभर राहायचे. खूप मजेत जायचे दिवस. यावेळी प्रथमच सानिका एकटीच भारतात येणार होती. ग्रेसीने तिची बॅग लावण्यात मदत केली. गायत्रीने अकोल्याचा हिवाळा अनुभवला

असल्याने सानिकाला बॉडी लोशन्स, क्रिम्स, गरम कपडे व जरुरी औषधे घेण्यास सांगितले. खूप सूचना दिल्या. तिला एकटीला पाठवण्याच्या कल्पनेने तिला थोडी काळजीपण वाटत होती, पण अण्णांकडे तिचा वेळ छान जाईल याचा आनंद देखील होता.

आज अण्णांकडील चौसरचा डाव रंगला होता. शेतातील, मळ्यातील कामं पूर्ण झाल्याने सुधाकर खुश होता. अण्णांची पार्टनर प्रमिला खेळता खेळता तिघांच्या गप्पा ऐकून जोराजोरात हसायची. चंदा नेहमीप्रमाणे घरकामात व्यस्त होती.

“ऐका इकडे, काल सानिकाचा फोन होता. बुधवारी ती लँड होईल मुंबईला. मी उद्याच निघतो मुंबईला. वाघमारेला तिकिटे काढायला सांगतो थोड्या वेळाने.” अण्णांनी ऐलान केलं. चंदा, प्रमिला, दामोदर खूपच आनंदी दिसले ही बातमी ऐकून. सुधाकर थोडा विचारात पडला होता.

“काय सुधाकर?” अण्णांनी त्याला विचारलं, “कसल्या विचारात पडला अचानक?”

“Outing; outing चा विचार आला मनात. अण्णा माझं ऐका. ती तिकिटं वगैरे राहू द्या, आपण सर्व सानिकाला रिसीव्ह करायला माझ्या मिनीबसने जावूया. सानिकाला long journey, long drive खूप आवडतात. आपण सर्व जावूया, तिला सरप्राईज देवू या, मजा येईल येण्या जाण्यात.”

सर्वांनाच हा plan खूप आवडला. “तुला बरी समजली रे सुधाकर सानिकाच्या आवडी-निवडी!” अण्णांनी विचारलं.

“अहो अण्णा; मागल्या वर्षी तुमच्या सोबत आम्ही पण आलो होतो ना अमेरिकेला. आम्हा दोघांनाही तिच्या आवडी निवडी छान कळल्या आहेत. Country side ला long drive वर जाणं तिला फार आवडतं.”

सुधाकरने ट्रीप आखून अण्णांना अगदी चिंतामुक्त केलं होतं.

“आमच्या नशिबात कधी योग आहे अमेरिका बघण्याचा हे देवालाच ठावूक” दामोदर लागलीच बोलला, “अरे, तुम्ही दोघं पहिले पासपोर्ट,

व्हिसा करून घ्या बरं. पुढल्या खेपेला आपण सगळे जावू अमेरिकेला - त्यात काय मोठं! भरपूर पैशांची सोय करून ठेवा म्हणजे सगळं कसं सुलभ होईल. गायत्रीच घर सुद्धा दोन एकरात आहे, खूप मोठं, सहा बेडरूम्स आहेत, मजेत राहू आपण." दामोदर व प्रमिलाला खूप आनंद झाला हे ऐकून.

"अण्णा असलेत म्हणजे निरंतर काहीतरी happening. एक दिवस कुणाला बोअर होवू देत नाहीत. प्रमिला, आता काय बुवा मज्जाच मजा आपली, हो की नाही?" चंदा बोललीच.

"अण्णा, तुमची हरकत नसेल तर आपण उद्या सकाळी निघू आपल्या ट्रीप साठी. १० - १२ तास प्रवासानंतर आराम महत्त्वाचा. एक सुंदर हॉटेल आहे एअरपोर्ट जवळ. तिथे आपण निवांत राहू, मजा करू. मंगळवारी काही काम नसल्याने दामोदर, प्रमिलाला मुंबई दर्शन घडवून आणू. बुधवारी तर सानिकाच यायची आहे. कसा वाटतो हा प्लॅन?" सुधाकरने सुचवलं. हॉटेल अण्णांच्याच साठवणे नावाच्या फौजी मित्राच निघाल - अण्णांना त्याचा आनंद झाला.

"बेस्ट, अगदी बेस्ट. Outing ची फार गरज आहे सर्वांना. सानिकासाठी बेस्ट सरप्राईज आहे," अण्णांनी असं बोलताच सगळे उठले, चौसर आवरला व उद्याच्या तयारी साठी आपापल्या घरी गेले. सुधाकरने त्याच्या नेहमीच्या ड्रायव्हर मित्राला त्या रात्री घरीच बोलावून घेतले जेणेकरून सकाळी लवकर निघता येईल म्हणून. ड्रायव्हर बबलूने ताबडतोब येवून मिनी बस Servicing करून घेतली व चाकांमधील हवा चेक केली नंतर डिझेल भरले. गाडी एकदम तयार करून घरी आली. जड सामान आदल्या दिवशीच गाडीत लोड केले गेले. संध्याकाळ पर्यंत सर्वांची तयारी पूर्ण झाली होती. टफीची व्यवस्था सुधाकरचा Care taker बघणार होता. प्रवास लांब वरचा असल्याने सकाळी ६ वाजताच निघायचे ठरले म्हणजे किमान संध्याकाळ पर्यंत मुंबईत दाखल होता आलं असतं.

सकाळी टफीला आश्वस्त करून पटांगणातील मारुतीचं दर्शन घेवून मंडळी निघाली. गजानन महाराज की जय म्हणून गाडी सुरू झाली.

खूप थंडी असल्याने सर्वांनीच गरम कपडे, टोप्या घातल्या होत्या. सवयीनुसार संरक्षणार्थ म्हणून अण्णांनी त्यांचं licensed Revolver जवळ ठेवले होते, त्यामुळे सगळ्यांना protected वाटत होतं. गाडीचे पेपर्स सुधाकर चेक करीत होता. आता चला नाश्ता किती वाजता आणि कुठे, लंच, डिनर कुठे याबद्दल बबलू सर्वांना मोठ्या आवाजात सांगत होता. "बबलू तू तुझी running commentary बंद ठेव व driving वर लक्ष दे" असं अण्णांनी त्याला ठणकावून सांगितले. गाडी हायवेला लागली होती व वेगात होती. बबलू कसलेला ड्रायव्हर असल्याने सगळे बिनधास्त होते. अर्धवट झोप झाल्यामुळे दामोदर, प्रमिला व चंदा पेंगले होते. अण्णा व सुधाकर शांतपणे बसले होते. ड्रायव्हरला झपकी येवू नये म्हणून त्याला बोलते ठेवत होते. सानिकाला १५ दिवस बोअर होवू नये म्हणून काय काय करावं लागेल याच Planning अण्णा व सुधाकर करीत होते.

एका ढाब्यावर सर्वांनी नाश्ता केला. गाडीत खाण्यासाठी म्हणून अण्णांनी एका खुमचेवाल्याकडून सहा पुड्या चनाजोरगरमच्या घेतल्या. भरपूर नाश्ता झाल्याने दुपारचे जेवण जरा उशिरानेच करायचं ठरलं. त्यामुळे अंतर कापायला वेळ मिळणार होता. टाईमपास म्हणून मग गाण्याच्या भेंड्या सुरू झाल्या. दामोदरने तर एक पूर्ण गाणंच म्हटलं. एकंदरीत मजा मस्तीत प्रवास पूर्ण होवून संध्याकाळी सहा वाजता त्यांनी मुंबई गाठली. एअरपोर्ट जवळील अण्णांच्या मित्राचे हॉटेल खूपच छान होते. सर्व सुखसोयींनी युक्त. अण्णांच्या मित्राने सर्वांचे स्वागत केले. बबलूने बस पार्किंग मध्ये लावली. सगळं सामान ज्याच्या त्याच्या रूम मध्ये गेलं. "आज रात्री काय कार्यक्रम आहे माधव?" अण्णांच्या साठवणे नावाच्या मित्राने विचारलं. "काही एक कार्यक्रम नाही सध्या. का बरं विचारलंस तू?" अण्णांनी विचारलेच. "अरे इथं जवळच्या थिएटरात डॉ. श्रीराम लागू व फैय्याजचे 'मित्र' नावाचे छान नाटक लागलं आहे. तिकिटे काढू का? तुम्ही सर्वांनी बघावं असं नाटक आहे." चहा घेतांना अण्णांनी सर्वांना विचारलं. कोणीही प्रवासाने थकलेले नव्हते. सर्वांनी होकार देताच साठवणेने फोनवर तिकिटे बुक केली.

लवकर जेवणे आटोपून नाटकाला हजर राहण्याचे सांगितले. अगदी walking distance वरच थिएटर असल्याने बबलूला हायसे वाटले.

नाटकाने सर्वच जण प्रभावित झाले. वार्धक्यातील आयुष्य त्यात आजारपण.... कसं असू शकतं हे सर्वांना कळलं होतं. "म्हातारपणी मरणाची काळजी नसते, काळजी असते ती जगण्याची!" ह्या वाक्याने सर्वांना अंतर्मुख केले होते. अशीच चर्चा करत सगळे हॉटेलवर पोहोचले. साठवणे इतक्या रात्रीदेखील स्वागतासाठी तयारच होता. माधवचा प्रेमळ स्वभाव, जरब, धाक हे त्याला ठावूक होतं, म्हणून त्याची भूमिका तो चोखपणे निभावत होता. Short Service Commission वेळेस जोधपूर Cantonment मध्ये त्यांची गाढ मैत्री जुळली. "एक कप कॉफी घेवूया आपण" साठवणे म्हणाला. अण्णांनी सर्वांची नीट ओळख करून दिली. गप्पा गोष्टींनंतर सगळे झोपण्यासाठी आपापल्या रूम्स कडे वळले. रात्रीचा १ वाजला होता, उद्या लवकर उठून मुंबई दर्शनाचा कार्यक्रम होता.

दामोदर, प्रमिला प्रथमच मुंबईत आले होते. जुहू बीच, गेट वे ऑफ इंडिया, कोस्टल रोड, समुद्र बघून ती दोघे भारावून गेले. हॉटेल ताज मध्ये अण्णांनी लंच अरेंज केला होता. इतका सुरेख लंच असल्यामुळे सगळेच खूप आनंदात होते. संध्याकाळी सर्व हॉटेल वर परतले. रात्रीचं डिनर आज खुद्द साठवणे देणार होता. एकंदरीत मजा सुरू होती. उद्या बुधवारी सकाळी ३ वाजता सानिका लँड होणार होती. साठवणेने तिची उत्तम सोय व्हावी म्हणून सेपरेट रूमच रिझर्व्ह ठेवली होती. एअरपोर्ट वर सर्वच रात्री २:३०. वा. पोहोचले. दामोदर, प्रमिला साठी सगळं काही नवीन होतं. विमान उडताना, लँड होताना बघून ती दोघेही भारावून गेले. "आता करा तयारी long journey ची दामोदर, पुढील वर्षी आपण सर्वच जावूयात अमेरिकेला" अण्णांनी बोलून दाखविले. अमेरिकेत जाण्याच्या कल्पनेनेच दोघेही हुरळून गेले.

ठीक ३ वाजता सानिकाचं अजस्त्र प्लेन लँड झालं. अर्ध्या तासाच्या चेक आऊट नंतर ती visitor's lobby मध्ये आली. "अण्णा", तिने अण्णा दिसताच जोराने हाक मारली. अण्णांनी तिला हात दाखविला व

तिच्याकडे भरभर गेले. “welcome to India dear Sanika” म्हणून त्यांनी तिला मिठी मारली. “प्रवास कसा झाला? Are you okay?” अण्णांनी तिला विचारलेच. “प्रवास मस्त झाला आणि I am fine अण्णा. तुम्ही कसे आहात? झोपमोड झाली असेल ना?”

“तू येणार म्हटल्यावर कसला त्रास! चल बाहेर पडू या.”

“एवढ्या रात्री आपण कुठे जाणार अण्णा? There is no train on such odd time. Where are we going?”

“Special arrangements have been made for you. There is a surprise waiting outside. चल लवकर. ती trolley दे इकडे माझ्याकडे.”

बाहेर आल्याबरोबर पुष्पगुच्छ देवून चंदाने तिचे स्वागत केले. अण्णांनी सर्वांशी ओळख करून दिली. चंदा व सुधाकरला तिने ओळखले. दामोदर व प्रमिलाशी तिची नव्यानेच ओळख झाली. तिला receive करायला इतकी मंडळी आलेली पाहून तिला आश्चर्याचा धक्काच बसला. ट्रॉलीतील सामान बस मध्ये लोड केल्यानंतर ते सर्व हॉटेलकडे रवाना झाले. दहा मिनिटातच ते हॉटेलवर पोहोचले. सानिकाला तिची special room खूपच आवडली. “I think you relax now Sanika. काही दिवस Jet lag चा त्रास होणारच. माझी रूम बाजूलाच आहे. 405 No. गरज पडली तर call कर. 9.00 Am we will meet in the lobby for breakfast. Ok?”

तिचा निरोप घेवून अण्णा रूमकडे वळले. सकाळी उठल्यावर गायत्रीला फोन करून all well म्हणून सांगितले. सकाळी ९:०० वा. ते लॉबीत पोहोचले. सलवार कमीज मध्ये सानिका सुंदर दिसत होती. सगळेच comfortable दिसत होते. आपापल्या आवडीचा नाश्ता सर्वांनी केला. “Whats our plan now अण्णा?” सानिकाने विचारले. “Its 9.30 now. In an hour pack up and we proceed for Akola by road. Do you like the plan?”

"Thats wonderful. I love travelling long distances by road. That too with you all together! It will be a memorable journey for me. But how long would it take to reach home?" तिने अण्णांना विचारले. "१०-१२ तास लागतील. Long way to go. बोअर होशील का?"

"No, not at all. We will enjoy." सानिका. "This surprise is real good अण्णा. मम्माला कळविले तुम्ही?"

"Yes, off course." तिने अगदी आनंदाने हो म्हटले. ठीक ११ वाजता बबलूने बस हायवेवर नेली. फार रात्र होण्याआधी अकोला गाठायचे होते. साधारण २.३० - ३.०० वाजता लंच साठी सगळे एका चांगल्या ढाब्यावर थांबले. "I like country food" सानिकाने लगेच आपली आवड नोंदवली. आता पर्यंत बसच्या खिडकीतून तिने फक्त फोटोग्राफी केली. तो तिचा आवडीचा छंद होता. ढाब्यावरचे गरम जेवण करून सगळे संतुष्ट झाले. रात्री भलतीकडे जेवणापेक्षा अण्णांनी ढाब्यावरूनच डिनर पॅक करून घेतले. "अण्णा, avoid perishable items. We will be reaching quite late." सानिकाने सुचवलं. त्याप्रमाणे पॅकींग करून सगळे बस मध्ये चढले. दुपारचा प्रवास सुरु झाला. थंडीने सर्व आखडले होते. जेवणानंतर सगळेच पेंगले होते. सानिका मात्र कसल्यातरी विचारात व्यस्त होती. अण्णा मधून मधून तिच्याकडे लक्ष ठेवून होते. रात्री मुळे तिची फोटोग्राफी बंद होती. रात्री ११.३० ला बबलूने बस अण्णांच्या घरासमोर थांबवली. घरी packed dinner उघडून सर्वांनी जेवण केले. फार रात्र झाल्याने सर्व जण आपापल्या घरी रवाना झाले. जाण्याआधी सानिकाला शुभेच्छा दिल्या. साठवणेंच्या पाहुणचाराची सर्वांनी तारीफ केली व अण्णांना धन्यवाद देवून निघून गेले. "Good night अण्णा" सानिकाने तिची बेडरूम आवरली व झोपण्याचा प्रयत्न करण्यासाठी आडवी झाली. जेट लॅगचा त्रास होणारच होता. डोक्यातील विचारचक्र देखील थांबता थांबत नव्हतं. दिवस कसा उजाडला हे देखील कळलं नाही.

टफीच्या भुंकण्याने अण्णा समोर आले. सुधाकरच्या Care taker ने टफीला अण्णांच्या सुपूर्द केले. तो अण्णांवर उड्या मारत असतांनाच सानिका तिथे आली. अण्णांनी टफीला साखळीने बांधले. सुरुवातीला चमत्कारिक नजरेने सानिकाला बघितल्यानंतर टफी आनंदाने तिच्यावर भुंकायला लागला. "friend, friend" म्हणून अण्णांनी त्याला समजावले. सानिका धीट असावी कारण तिने अगदी न घाबरता टफीच्या अंगावरून हात फिरवला. अण्णांनी आतून दूध आणले, सानिकाने ते टफीसमोर ठेवले. पटकन दूध संपवून टफी पुन्हा सानिकाकडे वळला. तेवढ्यात अण्णांनी तिला हाक मारले. "ये इकडे, आपण चहा घेवू. नंतर मी तुला घर दाखवतो." असं ऐकून सानिका आत आली, हात धुतले व dining table वर दोघेही चहा घ्यायला बसले. "You have a big house अण्णा. तुमच्या एकटयाकरिता फारच मोठे. 4 bedrooms! किती मोठं!"

"अगं सानिका, तुझी रमा आजी होती नं; तिला मोठंच घर हवं होतं. ती होती तेव्हा येणारे जाणारे खूप असायचेत, घर सदैव भरलेलं असायचं."

"म्हणजे तिला देखील रोज happenings आवडायचेत तर"

"अगदी बरोबर बोललीस बघ. Happenings and Celebrations! किती मस्त दिवस होते ते" रमाच्या फोटोकडे बघत अण्णा म्हणाले.

"You miss her अण्णा. माझ्या birth नंतर मम्मा डॅडी इतके busy झाले की काही वर्षे आम्ही येवूच शकलो नाही इंडीयात. फोनवर बोलणं व्हायचं तेवढंच. एक दोनदा Video call वर मी बघितलं होतं रमा आजीला. तुम्हालाही येणं जमलं ती गेल्यावर, तेही मित्रा सोबत. काय Jolly personality होती तिची, सगळं कसं अचानक झालं. तिच्या funeral ला देखील फक्त मम्माच येवू शकली."

"That is life सानिका, चढाव उतार होतच असतात. आपल्याला फक्त परिस्थितीशी जुळवून घेणेच बाकी राहतं. No choice."

"No way out? अण्णा, जर situation च stuck up झाली तर? काही way out असतो अशा वेळी?"

"Offcourse yes. असं हतबल होवून चालायचं का? Life goes on and on. Either in a natural course of events or by fighting the situation. Yes. मार्ग निघतोच. शांतपणे काढावा लागतो."

"I am impressed by that. And will remember that." तेवढ्यात चंदा आली व सरळ किचनकडे गेली. आज अण्णा, सानिकासाठी चंदा उपमा तयार करणार होती breakfast साठी.

"Does she come daily to prepare breakfast and lunch?"

"Not daily, but many times. आज तू आलीस ना म्हणून ती आली बघ."

"एखादी Governess का ठेवून घेत नाही अण्णा? रोजचे प्रश्न मिटतील. And you can certainly afford one."

"रमाकडून मी सगळा स्वयंपाक शिकून घेतला, आपली कामं आपणच केलेली बरी. भांडी घासणं, घराची साफसफाई, टफीची काळजी घेणे, माझं routine त्यात वेळ निघून जातो. That keeps me fit and busy. You agree?"

"Not much. उगाच शेजाऱ्यांना कशाला त्रास द्यायचा? I know they are very good people. पण मैत्री मैत्रीपुरतीच limited असावी. मैत्रीत जास्त जवळीक अंगाशी पण येवू शकते ना?"

"तु छान बोलतेस. तुझे विचार पण अगदी तुझ्या मम्मा सारखेच आहेत. कडक शिस्तीचे. But after all I am a retired person. आयुष्यात काही कमावण्या गमावण्या पलीकडचा. माझ्या लेकरां सारखेच आहेत ना माझे मित्र. आपणहून आनंदाने येतात, करतात २ कामं. त्यात वाईट असं काय आहे? त्यांनाही माझा आधार आहे. प्रत्येकाच्या वाट्याला येत नाही अशी कंपनी. आणि प्रत्येकाचं आयुष्य

वेगवेगळं असतं. एखादा rubber stamp formula.... common to all.... असं कसं असणार? आम्ही सर्व एकमेकांवर Interdependent आहोत, रक्ताचं नातं देखील नसेल इतक्या जवळचे."

"Hmmm... you are right अण्णा. असले Social circles US मध्ये दिसतच नाहीत."

"तुमच्याकडे सगळं विकत घेता येतं सानिका. Everything has a price. Its a cultural difference; one has to get acquainted. कुणाला इथलं आवडतं कुणाला तिथलं. But in any case life should be enjoyable. फार कडक शिस्तीतील गंभीर आयुष्य काय कामाचे?"

"Correct. अन एकदा का शिस्त मोडली की त्याचे होणारे side-effects वेगळेच." सानिका तिच्याच विचारात गर्क होती. तिच आयुष्य इतके वेगळे होते की अण्णांच्या आयुष्याशी त्याची तुलनाच होत नव्हती.

चंदाने केलेला उपमा अप्रतिम होता. तिघेही नाश्ता घेत बसले. चंदाकडे बघून टफी हलक्या आवाजात भुंकत होता. "हो, देतेय तुला पण खायला. थोडा धीर धर." चंदाने टफीला समजावले. "आणि हो, अण्णा, तुम्ही दोघं या आमच्या घरी जेवायला आज. सानिका, लंचमध्ये तुला काय आवडेल? Veg की Non-veg?"

"काहीही चालेल. तुझ्या आवडीचं. घरचे अन्न ते घरचेच अन्न. चालेल मला काहीही."

"किती matured आहे ना ही अण्णा? एवढ्या लहान वयात? एखादीने हट्ट केला असता मला हे हवं ते हवं म्हणून. सानिका, अगं just relax and enjoy. खूप दिवस राहायचे आहे तुला."

"मला काही लागलं तर तुलाच सांगीन ना चंदाकाकू. Just don't worry, I am absolutely comfortable."

"आम्ही पोहोचतो एक वाजेपर्यंत. सुधाकर असणार ना आपल्या सोबत?"

"हो, ते येणारच आहेत. मी जरा टफीला खायला देते." म्हणून चंदा टफीकडे गेली. सानिका देखील तिच्या मागे गेली. टफीला खायला देताना तिला आनंद झाला होता. अण्णा एकटेच असतात, त्यांना टफीची साथ फार जरुरी आहे हे तिला जाणवलं. चंदा निघून गेल्यावर सानिका टफीला गोंजारत तिथेच बसली होती. एकटक कुठे तरी बघत होती. कसल्या तरी विचारात होती.

चंदाचे घर सानिकाला आवडले. श्रीमंती झळकत होती त्या घरातून. सुधाकरचा कारभार जोरात होता. जेवणाचा बेत साधाच पण सानिकाला खूप आवडले जेवण. "करमतय ना इथं तुला सानिका? काय हवं काय नको अगदी बिनधास्त सांग" सुधाकरने बोलून दाखवलं.

"तुम्ही मला बोअर होवू देणार नाही याची खात्री आहे मला. मला आवडलं अकोला आणि इथली मंडळी." सानिका. घरी परतल्यावर खूप झोप येत असल्याने सानिका जरा पहुडली. जेट लॅग सुरूच होता. दोन तीन वेळा ती शिंकली. थंडी वाजते म्हणून पांघरूण घेतले. अण्णांनी तिच्या कपाळावर हात ठेवून बघितले. थोडा ताप वाटला, वातावरण बदलामुळे झालं असावं असा विचार त्यांनी केला. अद्याप तिने कुठलाही त्रास सांगितलेला नव्हता, तिला शांत झोप लागली. ती उठली तेव्हा दिवेलागणीची वेळ झाली होती. सर्दी पडसे असल्यावर झोपेतच रिकव्हरी होते असे अण्णांचे मत होते. तिची छान झोप झालेली बघून अण्णांना बरं वाटलं. तिला आल्याचा चहा दिला, सानिका comfortable होती, पण अधून मधून शिंका येतच होत्या. "सानिका, तू तयार हो, आपण माझ्या ओळखीच्या डॉ. देशपांडेंकडे जाऊन येवू." अण्णांनी तिला सांगितले.

"Nothing much अण्णा! Its simple cold. It will go away in a day or two. Do not worry." सानिकाने डॉक्टरांकडे जाण्याचे टाळले होते. "अगं, तू परदेशातून आलीस. Weather change मुळे झालं असेल नक्की, पण उगाच तुझ्या मम्माला त्रास नको म्हणून आपण जावूयात." अण्णांच्या सांगण्यानुसार सानिका तयार झाली.

डॉक्टर देशपांडेंच्या क्लिनिक मधील attendant विकास अण्णांच्या ओळखीचाच होता. "नमस्कार सर. Appointment घेतली होती का?" विकास विचारत होता. "नाही, परदेशातून ही माझी नात आली आहे. तिला दाखवायचं होतं. डॉक्टरांना सांग कॅप्टन माधव जोशी आलेत म्हणून." waiting मध्ये बसत अण्णा म्हणाले. Without appointment आल्याचं सानिकाला आश्चर्य वाटत होते, थोड्या वेळाने विकासने त्यांना आत जाण्यास सांगितले.

"हॅलो कॅप्टन, हाऊ आर यु? welcome" डॉ. म्हणाले. सानिकाने डॉक्टरांकडे बघत अभिवादन केले.

"ही माझी नात.... सानिका. US मध्ये Austin ला असते Texas मध्ये.... माझ्या डॉक्टर मुलीकडे. काल पासून शिंकतेय, म्हटलं एकदा दाखवलेलं बरं."

"बरं केलंत. हॅलो सानिका. I hope you understand मराठी?"

"हो"

"Usually परदेशातील लोकांचं पोट बिघडतं भारतात आल्याबरोबर. (तपासत) looks like common cold due to weather change."

"Do I need to take any medicines?"

"For common cold... No. It should go away with rest, good diet and plenty of liquids. Nothing to worry. But do call me if it is not settled in 3-4 days. Ok?" डॉक्टरांच्या बोलण्याने सानिकाचे पूर्ण समाधान झाले होते. "There is something special in this doctor...." तिने विचार केला. Face reading च्या अभ्यासानंतर तिला छंदच जडला होता face reading चा. "I am sure he will be helpful in solving my problem...." तिने विचार केला.

"Anything else?" डॉक्टरांच्या या प्रश्नानंतर सानिका भानावर आली. "Oh, nothing. कधी यायचं परत?"

"You may not need to come back. Watch for 3-4 days and then decide. Ok?"

"First time I am going away with a blank prescription." हसत सानिका म्हणाली, "I liked it and impressed."

"Follow my advice. That's it."

"Sure" म्हणून सानिका व अण्णा डॉक्टरांचे आभार मानून बाहेर आले. विकासला बाय करून ते घरी जायला निघाले.

"Thanks अण्णा. एका खूप छान व्यक्तीशी परिचय झाला माझा." सानिका.

"तुला आवडले ना डॉक्टर? ते जास्त महत्वाचे." अण्णा. आज dinner ला काय आहे अण्णा?"

"तु सांग. तुझ्या आवडीचं करू काही."

"I feel like having ice cream."

"हिवाळ्यात? ते देखील सर्दी पडसे झाले असतांना?"

"पण मला खायचे आहे आईस्क्रीम." सानिकाच्या बोलण्यामुळे अण्णांनी ताबडतोब डॉक्टर देशपांडेंना फोन लावला व विचारले.

"Captain, everything in moderation should not cause any problem. Yes, she can have ice cream. Ok?"

अण्णांना आश्चर्य वाटले डॉक्टरांच्या उत्तरानंतर पण काळजी सुद्धा वाटली. रस्त्यातील Ice cream parlour पाशी ती दोघं थांबली.

"कोणतं Ice cream हवं तुला?"

"डॉक्टर अंकल काय म्हणाले?"

"अगं त्यांनी हो म्हणून माझीच पंचायत केलीय. Moderation मध्ये खाण्यास हरकत नाही असं म्हणाले."

"Thats great! Let us buy mango and chocochips, my favorites."

ती दोघं घरी पोहोचले तेव्हा चंदाने दिवे लावून ठेवले होते. बहुतेक टफीचं जेवण पण उरकलेलं दिसलं. टफीला evening walk साठी चंदाच घेवून गेली होती. चंदा मुळे कसलीच काळजी नव्हती. फ्रिज मध्ये Ice cream ठेवतानाच टफीला घेवून चंदा आली.

"अण्णा, डिनरची तयारी करते मी. घरचा स्वयंपाक कधीच झाला माझा. हे यायला आज वेळच लागणार नेहमीप्रमाणे."

"तु असुदेत, आज मी करणार स्वयंपाक. बघूया तिला आवडतं का माझ्या हातचं जेवण." हे ऐकल्यावर चंदा थोडी नाराजीनेच घरी रवाना झाली, पण ते बघून सानिकाला बरे वाटले.

"May I help you अण्णा?"

"No, I will manage"

"काय करणार स्वयंपाक?"

"तुझ्या मम्माला आवडणारी Flower, Tomato, Potato ची रस्सा भाजी, पोळ्या, वरण, तूप भात, रमा आजी नेहमी करायची असा बेत मम्मासाठी. Hope you like it"

"Thats great! मम्मा देखील असलाच मेनू तयार करते घरी. I like it very much."

"आजारी असतांना असा हलका फुलका आहारच खायचा, त्याने जेवणानंतर तुझे Ice cream आहेच ना. Hope you enjoy everything." अण्णांनी तयार केलेलं जेवण सानिकाला खूप आवडले. ती बैठकीत येताच तिचा फोन वाजला. मम्माचा फोन होता.

"हॅलो मम्मा. How are you?"

"सर्दी झालेली दिसते. Do you have fever?"

"No mamma. I am fine. Its just a common cold."

"Take care. Attend some clinic if required. बाकी कसं सुरू आहे तुझं?"

"तुझं कसं सुरू आहे? Does he come back after work? Any new developments?"

"Nothing. As usual daily fights continue to happen. He does not know why and how he fell in love with Gracy and now can't come back out of it. Totally helpless situation. And hopeless too."

"Don't say that mamma. Situation will change. Everything will be like it was before. Don't worry. तुझा Job नीट सुरू आहे ना?"

"Yes. Everything okay here for me. माझं रुटीन सुरू आहे... हा प्रकार वगळला तर. You spoke to अण्णा about this?"

"No.... not yet. Don't know how to tell. He is such a nice man, would be upset totally to hear that. Shall I tell him in the first place? You can also open up."

"I am too much scared to do that. तुझंच चुकलं असेल कुठतरी.... असं देखील म्हणतील. खरं तर चूक कुणाची आहे हेच सांगणं कठीण आहे."

"Such a nice duo they make... Gracy and Harry uncle. Just a natural way things happened. I want everything as before. Yes, that will happen one day mamma."

"I doubt. He is too possessive about her. Daily going away from me. And I just can't do anything."

"अण्णा आहेत. बोलते त्यांच्याशी?" सानिकाने अण्णांना फोन दिला.

"हॅलो बेटा! कशी आहेस?"

"मी बरी आहे. सानिका ठीक आहे? तिचा आवाज बदललेला वाटतो."

"डॉ. देशपांडेंनी चेक केलं तिला. थोडे फार घरगुती उपाय सुचविले, औषध वगैरे काही दिलं नाही. म्हणाले ठीक होईल २-३ दिवसात."

"काळजी घ्या तिची अण्णा, माझं तर सगळं लक्ष तिच्यातच असतं."

"अजीबात काळजी करू नको. She is absolutely comfortable and enjoying here."

"कळतंय मला, अण्णा तुम्ही असलात म्हणजे मज्जाच मजा."

"अरविंद आहे का?"

"तो कधीच गेलाय Foundry मध्ये. सांगू त्याला फोन करायला? खूप busy आहे हल्ली."

"नको, मीच करेल त्याला कधीतरी. खूप दिवसांत बोलणं नाही त्याच्याशी." बाय म्हणून गायत्रीने फोन ठेवला. सानिका टफी जवळच शांत बसली होती कुठेतरी एकटक बघत, कसल्यातरी विचारात. झोप येत नव्हती. अण्णांशी रात्री काही बोलायचं तिने टाळलं. पुन्हा तिला डॉक्टर अंकल आठवले. उद्याच त्यांची भेट घेण्याचं तिने ठरवलं.

सकाळी सानिका उठली तेव्हा अण्णांची पूजा, मंदिर सगळं आटोपून घरातच ते मुदगल व्यायाम करीत होते. सानिका नुकतीच झोपेतून उठली होती. एक छोटे मुदगल हातात घेवून अण्णा करतात तसं ती करण्याच्या प्रयत्नात होती. तिला ते जमलं नाही. मग ती टफीशी खेळायला गेली. थोड्याच वेळात अण्णांनी तिला हाक मारली. चहा-नाश्ता तयार होता.

"चंदाकाकू आली होती?"

"नाही. मी केलाय चहा-नाश्ता. घे."

चंदाकाकूला राग तर नसेल ना आला काल अण्णांनी स्वयंपाक न करण्या बद्दल सांगितल्यामुळे? तिच्या मनात विचार आला. अण्णांनी सगळ्या गोष्टी बिनबोभाट करून टाकल्या होत्या. टफीचं खाणं व फेरफटका आज त्यांनी भल्या पहाटे उरकून टाकला होता. त्यामुळे तो शांत होता. चंदाकाकूबद्दल नाराजी व्यक्त केल्यामुळे बहुतेक अण्णांनी असं केलं असावं असा विचार सानिकाच्या मनात आला. "पण अशा करण्याने त्यांची फार दगदग झाली तर?" असा देखील विचार तिच्या मनात आला.

"अण्णा, सकाळी डॉक्टर अंकल केव्हा येतात क्लिनिकला?"

"११ वाजता. का बरं? तु बरी आहेस ना आता?"

"अगदी पूर्ण बरी."

"मग कशाला आठवलेत तुला डॉक्टर अंकल?"

"For my personal problem. Want his opinion. मी जाऊ का एकटी चालत चालत?"

"Personal problem? मला सांग ना, मी देतो तुला ओपीनियन. माझे ओपीनियन चालणार नाही का तुला?"

"He is a good counsellor, He may give a good opinion about my household problem."

"इकडे ये. बस इथे. असा कोणता family issue आहे जो माझ्याशी discuss करायचा नाही तुला? तुझ्या family मध्ये मी नाही का येत? Very strange Sanika. Tell me what's your problem." अण्णांपुढे ती बसली. चर्चा करण्याची ही योग्य वेळ आहे का ह्या संभ्रमात पडली होती. घरातील वातावरण एकदमच खराब होईल, अण्णांना खूप मानसिक त्रास होईल ह्या विचाराने ती शांतच बसली होती.

"Yeah, tell me Sanika."

"अण्णा; I am sorry to say but my parents are not getting along well with each other. Unfortunately my dad has an affair with Gracy. You know her. Harry's sister. Mamma is totally stuck up and helpless. In any case I want to help her." हे ऐकून अण्णांना धक्काच बसला. अगदी हतबल होवून ते फक्त सानिकाच्या डोळ्यातील अश्रूंकडे बघत होते, बराच वेळ कुणीच काही बोलले नाही.

"But Arvind is a thorough gentleman and a matured person. त्याच्या बाबतीत असे व्हावे? तेही मित्राच्या बहिणी सोबत? Partnership धोक्यात आलीच असेल आतापर्यंत. हॅरीने तरी समजावायला हवे ग्रेसीला, ती वयाने देखील खूप लहान आहे. असं व्हायलाच नको होतं. चांगला आनंदात संसार चालला होता त्यांचा. कधीपासून सुरु आहे असं? मी मागल्याच वर्षी येवून गेलो त्यावेळी तर सगळं ठीक होतं."

"It happened this year. डॅडीचे दारू पिणे पण खूप वाढले आहे. मी खूप सांगुन पाहिले पण त्यांच लक्षच नाही माझ्याकडे. सारखा मम्माशी भांडत असतो. आमचं छान चाललेलं weekly get to gether देखील बंद झालं."

"हं..... अरविंद असा नव्हता. मम्माचे तर छान पटायचे त्याच्याशी. असं काय बिघडलं की त्याने असं करावं? छान सुखात संसार सुरू होता ह्यावरच तुला डॉक्टर अंकल कडून opinion हवे होते? And of all the people how comes you know he will be helpful? आम्ही आहोत ना."

"Offcourse you are there. पण face reading चा मी एक छोटासा कोर्स केला. I think doctor uncle will be helpful."

"माझं तर डोकंच चालेनासे झाले." असं म्हणून थोडा वेळ दोघेही शांतपणे बसले होते. अण्णांनी डॉक्टर देशपांडेंची appointment घेतली. दोघेही पायी चालत क्लिनिक कडे रवाना झाले.

"हॅलो कॅप्टन! हॅलो सानिका, बसा. How are you now?"

"I don't have cold any more."

"मग काय कारण माझ्या कडे यायचं?"

"I think you will be helpful in solving our family issue."

"Yeah" हसत डॉक्टर बोलले. "As a family doctor I have to perform duties on many family fronts. पण अचानक काय झालंय आता? Yes Captain, tell me."

"I will be straight to the topic. माझा जावई, सानिकाचे डॅडी अरविंद एका नर्सच्या प्रेमात पडला आहे. ती नर्स ग्रेसी माझी मुलगी गायत्री हिच्या वार्डात काम करते. तिचा भाऊ हॅरी अरविंदचा business partner आहे. सगळं आनंदात सुरु असताना इतक्यातली ही भानगड आहे." डॉक्टर खूप वेळ विचार करीत होते.

"I think a good psychologist will be helpful in this issue. I am not a counsellor. मला आश्चर्य वाटतय तुम्ही माझ्याकडे आल्याचं."

"Uncle, please help us before it is too late. I am sure you can help us."

"कुठे असतात हे सर्व?"

“Austin, Texas.” सानिका.

“येत्या मे महिन्यात मला जायचे आहे Austin ला माझ्या पुतण्याकडे. That time I would like to see them all personally. Till then I just can’t do anything.”

“That would be too late uncle, almost after six months you will be coming there. Don’t you think it will be too late?” सानिका.

“इथूनच काय करता येईल ते सांगा ना.” अण्णांनी विचारले.

“Please give me a day or two to think. नंतरच मी काहीतरी सांगु शकेल. The issue appears to be interlinked and very carefully we have to find who is at fault. In the first place why this happened. Well, let’s see if at all I am helpful to you.”

“You take your time uncle. I am sure you will come out with some positive idea.”

“I will call back you Captain. That time we will decide what to do. Okay?”

डॉक्टरांचा निरोप घेवून दोघेही घरी जायला निघाले. दीड तासांच्या चर्चे मुळे डॉक्टरांच्या वेटिंग मध्ये बरेच पेशंटस् थांबले होते. घड्याळात बारा वाजत होते.

“अण्णा, Now there is a ray of hope atleast. I am sure he will guide us.”

“So be it सानिका. स्वयंपाक करायला खूप उशीर झालाय, आपण packed lunch order करूया फोनवर.” अण्णांनी जेवणाची ऑर्डर दिली. अर्ध्या तासाने ते घरी पोहोचले. अशा वेळी चंदा कामात पडली असती असा विचार अण्णांच्या मनात आला पण तो बोलून दाखविला

नाही. १५ मिनिटात packed lunch घरी पोहोचला. जेवताना दोघेही कसल्यातरी विचारात होते. दीड वाजता चंदा घरी आली. तिच्याकडे पाहुणे असल्यामुळे सकाळी येणं झालं नव्हतं.

“अण्णा, विकतचं जेवण बोलवावं लागलं ना! मला आवाज दिला असता तर घरूनच जेवण पाठवलं असतं, संकोच का करता? कुठे गेला होतात वाटतं, नाहीतर एव्हाना तुम्हीच स्वयंपाक करून मोकळे झाला असता,” ती एकटीच बोलत होती. “अण्णा, काही प्रॉब्लेम आहे का? दोघेही शांत बसले आहात.” (भांडी घासतांना चंदा बोलत होती.) “काही नाही, असंच आपलं” अण्णांनी वेळ मारून नेली. काहीतरी भानगड आहे असा विचार करून टफीचे जेवण आटोपून चंदा घरी निघून गेली. संध्याकाळी ती स्वयंपाक करणार होती.

“अण्णा, डॉक्टर अंकल २ दिवसांनंतर भेटणार आता? इतका वेळ लागतो opinion द्यायला? मला नाही बघवत एवढी वाट.”

“मला देखील तेच वाटतंय. वेळकाढूपणा चालणार नाही आपल्याला. बघूया त्यांच्या उत्तराची वाट एखाद दिवस. नाहीतर.....”

“नाही तर? नाही तर काय करणार अण्णा?”

“काही एक सुचत नाहीये.”

“No choice than to wait” अण्णा.

“इथे एक एक तास काढणं कठीण झालंय; २ दिवस थांबायचं? मी उद्याच त्यांना फोन करतो. सांगतो की आम्ही इतकी वाट बघू शकत नाही म्हणून.”

“Will that help अण्णा? त्यांना राग आला तर?”

“सगळीकडून कोंडी आपली होते बघ. खरं तर आपल्याजवळ वेळच नाही इतकी वाट बघायला. असं कर, तूच फोन कर त्यांना उद्या सकाळी. बघूया काय म्हणणं आहे त्यांचं.”

आजचा दिवस असाच गेला... फक्त विचार करण्यात. कृती काहीच नाही. मुख्य म्हणजे भारतात राहून अमेरिकेतील समस्या सोडवायची तरी कशी हा प्रश्न होता. डॉक्टर तरी काय सांगणार होते? मुळात तो त्यांचा विषयच नव्हता. तरीही सानिका आशावादी होती. तिचं face reading बरोबर निघेल का हा देखील प्रश्नच होता. अण्णांना तर सगळं कसं अधांतरी वाटत होतं.

चंदाने सारखं टोकल्यानंतर अण्णांनी तिला त्यांच्या काळजीचे कारण थोडक्यात सांगितले. "अहो अण्णा, ग्रेसी एक छान मुलगी आहे. कुठून तिला दुर्बुद्धी झाली कुणास ठाऊक. अरविंदराव पण एकदम छान माणूस. आमच्या नात्यातल्या जवळच्या घरात असाच issue निर्माण झाला होता. पण वेळीच त्यांच्या पालकांनी दोघांचीही समजूत घातली व problem solve झाला. सानिका, तुझी तर जवळची मैत्रीण ना ग्रेसी? तू आता काही लहान राहिलेली नाहीस. चांगलं १५ वं लागलंय तुला. तू का नाही असा प्रयोग करून बघ बघत? मोठमोठे प्रश्न सुटतात ग असं केल्याने. ट्राय कर. मला वाटतं प्रश्नाचं उत्तर तिथेच मिळेल."

"Good suggestion चंदाकाकू, Thanks for that. Yes I will certainly try it. तसंही सुरुवात कुठून करावी हेच कळत नव्हतं मला." अण्णा शांतपणे सगळं ऐकत होते. चंदाने काहीही चूक सांगितलेलं नव्हतं. आता हा डॉक्टर काय सांगतो ते ऐकणं गरजेचं होतं. वाट पाहण्याखेरीज दुसरा उपाय नव्हता. उद्याच फोन करायला सांगतो सानिकाला असा विचार करून ते खुर्चीत बसल्या बसल्या पेंगू लागले. रात्रभर विचारांनी त्यांना झोपच येत नव्हती.

दुसऱ्या दिवशी सकाळी ठीक ११ वाजता सानिकाने डॉक्टर देशपांडेंना फोन लावला. स्पीकरवर टाक म्हणून अण्णांनी सांगितले. डॉक्टरांनी सानिकाला आश्वस्त केले की जर आपली केस सिंपल असेल तर त्यावर आपसी सामंजस्याने तोडगा निघू शकतो. "मला केसचे details सविस्तर माहित नाहीत म्हणून हा सगळा विचार मी बोलून दाखवतोय." चंदा आत कणिक मळत होती. ह्यांचं काय बोलणं सुरु आहे ते ऐकायला ती

भरल्या हातानेच बाहेर आली. अगदी चंदाने सुचवलं तसंच डॉक्टर देशपांडेंनी सांगितलं. आश्चर्याने सानिका स्मितहास्याने चंदाकडे बघतच राहिली. फोनवरचं बोलणं संपल्यावर तर चक्क चंदाला बिलगलीच. "तू किती हुशार आहेस चंदाकाकू. अगं तू सांगितलंस अगदी तेच डॉक्टर अंकलनी सांगितलं बघ." "अगं आता काही दिशा मिळेल काम करायला आपल्याला." चंदा म्हणाली. पण खरंच इतका सोपा होता का हा विषय प्रॉब्लेम सुटायला? त्याची कुणालाच कल्पना नव्हती. ह्याच विचाराने अण्णा बेचैन होते. भारतात येऊन ह्या समस्येवर काहीतरी मार्ग सापडला ह्या कल्पनेने सानिका मात्र थोडी तणावमुक्त वाटत होती. अचानक तिला चंदाकाकू आवडायला लागली.

"आज dinner ला ह्यांच्या सोबत जायचे आहे अण्णा" चंदा जाता जाता म्हणाली. "तुम्ही जेवून घ्या. ७.३० ला हे आवाज देतीलच." अण्णांनी मान हलवूनच हो म्हटले. सानिकालाही असला बदल हवा होता.

सुधाकरच्या फॉर्च्युनर मधून अण्णा, सानिका, चंदा, प्रमिला व दामोदर पहिले long ride ला गेले. खूप गप्पा गोष्टी झाल्या. अण्णा देखील थोडे relax झाले. एका छानशा हॉटेलमध्ये dinner झालं. अण्णांनी देखील दोन पेग रिचवले. त्याने ताण कमी व्हायला मदतच होणार होती. "अण्णा, उद्या रविवार. तुमचा काही विशेष कार्यक्रम नसेल तर चौसर खेळूया सकाळी. चालेल?" दामोदरने विचारले. विरंगुळयामुळे थोडी बेचैनी दूर होईल या विचाराने अण्णांनी लगेच हो म्हटले. टफीसाठी उरलेलं नॉनव्हेज पॅक करून सगळे घरी परतले. तीन दिवसांत सानिकाचा जेट लॅग कमी झाला नव्हता. आजची रात्र देखील जागूनच काढावी लागणार होती. पण आज ती बऱ्यापैकी relaxed असल्याने या जागरणाचा त्रास कमी होणार होता.

सकाळी चंदा लवकरच आली. चौसरच्या डावा मांडला की सगळ्यांची चहा, नाश्ता व लंचची जबाबदारी तिचीच असायची. अण्णा सानिका लवकरच तयार झाले होते. टफीला घेऊन मारुती मंदीराच्या

पटांगणात सानिकाचा फेरफटका सुरु होता. चंदाला तिच्या मदतीची गरजच नव्हती. "अण्णा, ही लिस्ट वाचा एकदा. सगळं सामान, धान्य बोलावून घ्या लवकर म्हणजे मला कामाला लागता येईल. भगत आणेल सर्व सामान." चंदाने सांगितलेलं काम अण्णांनी तत्काळ हाती घेतलं. भगतला सूचना देऊन झाल्या. अगदी भाजी पाल्यापासून शिधा आटा संपत आलेला होता. मोबाईलमुळे सगळया गोष्टी सोप्या झाल्या होत्या. तासाभरातच भगतने सर्व सामान घरी आणून दिले. त्याचे पैसे चुकते झाले व सामानाचे Online payment केले. ठीक सकाळी ९.३० ला सर्व मंडळी जमली. चंदाने केलेला चहा - नाश्ता मस्त झाला होता. १० वाजता चौसरचा पट मांडला गेला. प्रत्येकाच्या ४-४ सोंगट्या मुख्य घरात जमा झाल्या. सहा कवड्यांचं दान टाकायची प्रॅक्टिस प्रत्येकाने केली. सर्वांनी आपापल्या जागा घेतल्या. सुधाकरचा पार्टनर दामोदर होता व नेहमी प्रमाणे प्रमिला अण्णांची पार्टनर होती. सानिका, चंदा बाजूलाच खुर्चीवर बसून खेळ बघत होत्या. सानिकासाठी सगळंच नविन होतं. तसं तिच्या मम्माने तिला कल्पना दिलीच होती चौसर बद्दल. "चंदाकाकू, किती वेळ चालतो हा गेम?"

"अगं ३-४ तास सहज चालतो. नशिबाचा खेळ आहे. कवड्या किती दान देतात ते totally unpredictable असतं. हार - जीत मग नशीब कसं आहे त्यावरच अवलंबून. You should enjoy the game."

खेळ अगदी रंगात आला होता. नेहमीप्रमाणे अण्णा, प्रमिला आघाडीवर होते. "अण्णा, कवड्यांवर तुम्ही काही मंत्र टाकला का? सगळं दान तुमच्या मनाप्रमाणे तुमच्याच पक्षात पडतंय" हसत हसत सुधाकर म्हणाला. "खेळावर श्रद्धा पाहिजे भाऊ, अण्णा पूर्ण खेळ मन लावून श्रद्धेनेच तर खेळतात, म्हणून पाहिजे ते दान त्यांना पडते," दामोदर म्हणाला. "दामोदरा, प्रत्येक वेळी दान आपल्याच पक्षात पडतं असं नाही. देवावर नाही का आपण श्रद्धा ठेवत? होतं का आपल्या मनाप्रमाणे नेहमी? तो उपरवाला आहे ना, त्याच्या मनाप्रमाणे होतं सगळं, आपल्या नाही. रमा गेली असती का मला सोडून? सगळी त्याचीच लीला, सुखही तोच देतो दुःखही."

"अण्णा, पण तुम्हीच तर नेहमी म्हणता देव जागृत असतो, पावतो जर प्रार्थना केली तर. Negative result मिळाला की श्रद्धा सोडून द्यायची का अण्णा?" सानिका.

"अजीबात नाही. जेव्हा सगळं तोच करतोय तेव्हा आपलं काम फक्त गाऱ्हाणे मांडण्याचं असतं. ते जर त्याच्यापर्यंत पोहचलं तर जरूर आपलं काम होतं. पण खूप श्रद्धा आणि भक्तीभाव असणं फार गरजेचं." अण्णा.

"अकोल्यात आहे का असा देव जिथं आपलं मांडलेलं गाऱ्हाणं देव ऐकतो? मला जायचय तिथं." सानिका.

"राजराजेश्वर," सुधाकरने Suggest केले. "महादेवाचे प्राचीन मंदिर आहे अकोल्यात. अतिशय जागृत. आपली इच्छा पूर्ण करतो. खूप लोकांना अनुभव आहे त्याचा. पण अण्णांनी सांगितले तसा श्रद्धा आणि भक्तीभाव मात्र असावाच लागतो."

"मला जायचय तिथं आज. अण्णा, चलता का जेवणं आटोपल्यावर?"

"अग त्यात काय" सुधाकर म्हणाला, "आजच जाऊया सगळे माझ्या गाडीतून. उद्या सोमवार... फार गर्दी राहील. आजच जाऊया, काय अण्णा?"

"चला ना. मी देखील दर्शनास गेलो नाही बऱ्याच दिवसांत."

खरंच जर जागृत असेल हे देवस्थान तर मी जरूर माझी मागणी त्याच्या समोर ठेवणार. तोच घडवितो, तोच बिघडवतो, आमच्या संसारातील बिघडलेली घडी तो ठीक करून देईल? पहिले सारखं? मला माहीत नाही माझी श्रद्धा, भक्ती किती effective असेल; but I will try. असा विचार करून सगळी मंडळी राजराजेश्वरच्या दर्शनास गेली. भव्य पिंड बघून सानिका भारावून गेली. हात जोडून मागणं मागताना नकळत अश्रूंच्या धारा तिच्या डोळ्यांमधून वाहू लागल्या. देवाला शरण जाणं ते हेच. त्याशिवाय गती नव्हती. बराच वेळ अण्णादेखील देवाकडे बघत शांत उभे होते. देव दर्शनाने खरंच त्यांचे Problems Solve होणार होते?

तिकडे गायत्री आणि अरविंद मधली धुसफुस अगदी टोकाला गेली होती. काही ना काही कारणांनी रोज खटके उडायचेत. हल्ली अरविंदचे पिणे खूप वाढले होते. रात्री उशीरा येणे तर नित्याचेच होते. काय करीत असावा हा इतक्या वेळ ऑफिसमध्ये? फाऊंड्री तर संध्याकाळीच बंद होते. हॅरीकडून तिला कळले की हल्ली ग्रेसी अरविंदला भेटायला रात्री येते फाऊंड्री मध्ये. त्यानेही काळजी व्यक्त केली. "इतकं सगळं माहीत असून तू शांत कसा हॅरी. तिला तंबी दे, अरे शेवटी दोन कुटुंबांचा प्रश्न आहे. Help me in my problem. मी एकटी नाही हॅन्डल करू शकत सगळं. एवढी मोठी मुलगी आहे आपल्याला हे देखील तो विसरतोय. दुर्दशा झालीय बघ घराची, संसाराची. तुझी बिझनेस पार्टनरशिप कशी काय सुरु आहे? हॅरी, वेळेतच काहीतरी केलेलं बरं. तुला कळतंय ना मी काय म्हणते ते?" हॅरी अगदी गप्प बसला होता. काय करता येईल हेच कळत नव्हते त्याला. "अरविंद पहिले सारखं काम करत नाही, दिवसा देखील प्यायला लागला, ग्रेसी देखील सारखी फोन करत असते त्याला; हे जर असंच वेळीच थांबलं नाही तर वाद निर्माण होतील, मैत्री धोक्यात येईल आणि एक दिवस पार्टनरशिप तुटेल. मी ग्रेसीला खूप समजावले एक मोठा भाऊ ह्या नात्याने, पण ती अजीबात ऐकत नाही माझं. काय करावं म्हणजे सगळं सुरळीत होईल ह्याच विचारात मी पण आहे गायत्री. पण यांची केस हाताबाहेर गेलेली वाटतेय. ती दोघे एकमेकांकडे कशी काय आकृष्ट झालीत हेच कळत नाही. तूच सांग आता मी काय करावं रादर आपण काय करायचं ते."

बराच वेळ ती दोघं बोलत होती. सर्व चर्चेतून वाईटच होताना दिसत होते. पैशांचं तर काय करतो हे देखील समजत नव्हतं. सानिकाचे शिक्षण, करीअर कसं होईल ह्या अशा वातावरणात? अति मद्यपानामुळे त्याला काही आजारपण जडले तर? वेळी अवेळी जेवण, अपुरी झोप, अविचार हयाने दुसरं काय होणार! अशा विचारांनी गायत्री अगदी वैतागली होती. विषयांतर म्हणून तिने अण्णांना फोन लावला.

"बेटा, कशी आहेस तू?"

"मी ठीक आहे, आत्ताच आले हॉस्पीटलहून. तुम्ही, सानिका कसे आहात?"

"आम्ही ठीक आहोत. अरविंद आला का ऑफिसमधून?"

"त्याच्या यायच्या जायच्या वेळा काय ठरलेल्या आहेत का? घर आहे म्हणून कधीही येतो कधीही जातो."

"मला कल्पना दिलीय सानिकाने. काय करायचं ठरवलं तू?"

"काय करणार मी. टोकाचं पाऊल उचलण्याची हिम्मतच नाही माझी. अगदी stuck up झालीय बघा. अण्णा, तुम्हीच सांगा ना काय करता येईल."

"फार नाजूक विषय आहे हा. घाईने निर्णयाप्रत येणे देखील शक्य होत नाही. आम्ही दोघांनी खूप चर्चा केली ह्यावर."

"फक्त चर्चा करून काही होईल असं वाटत नाही मला. खूप एकटी पडलीय मी. आईची सारखी आठवण येते. माझी काहीतरी समजूत घातली असती तिने. तुम्हाला सुचतंय का काही? सुचवा ना अण्णा." अगदी कासावीस होऊन गायत्री बोलत होती.

"At the moment keep cool and pray God. सगळं काही दैवावर व देवावर सोडून दे. Every situation has an end. This will also change."

"सगळं संपल्यावर? अण्णा तुम्ही या ना इथे. मला खूप आधार होईल. मी आणखी जोमाने situation fight करेन. ह्या सगळ्याचा सानिकावर परिणाम व्हायला नको. तिला मी जितकी हवी असते तितकेच तिचे डॅडी पण. काहीतरी गडबड आहे हे तिला देखील चांगल्या प्रकारे कळतंय. काय करताय तुम्ही?"

"आज राजेश्वरच्या दर्शनासाठी गेलो होतो. आम्ही दोघांनीही सगळा विषय देवावर सोपविला. काही तरी मार्ग निघेलच. मला आशा आहे."

"सानिका आणि देव दर्शन! आणि सहज आली ती तुमच्या सोबत दर्शनाला? मी नेहमी सांगते तिला देवावर विश्वास ठेव म्हणून पण यांची generation देव बीव काही मानत नाही अण्णा. मला आश्चर्यच वाटतंय."

"बाकी तू कशी आहेस? ह्या सगळ्या भानगडीत तब्येतीकडे नीट लक्ष दे. काळजी घे. अरविंदला सांग एखादे वेळी फोन करायला. परवा त्याने माझा फोन कट केला. बिझी असेल कामात. एखाद्या आठवड्यात सानिका देखील येईल तिथे. परिस्थिती बिघडेल असं काही करू नका. विषय फार नाजूक असल्याने सावधगिरी बाळगा. माझी काहीही मदत लागली तर सांग. सानिकाची अजीबात काळजी करू नकोस. ती अगदी मजेत आहे."

"अण्णा, कितीही समजावलं स्वतःला तरी अधांतरीच वाटतंय. संसाराला लागलेली वाळवी लवकर निघून जावी असंच वाटतंय बघा. पण दिवसेंदिवस problem वाढतानाच दिसतोय. होईल ना अण्णा सगळं काही ठीक? अगदी पहिलेसारखं?"

"गायत्री बेटा, फक्त काळजीने प्रश्न सुटत नसतात, तुझ्या कष्टां मध्ये बाधा नको येऊ देऊ. डोक्यावर काळजीचं घरटं नको बांधू देऊस. काळजी घे पण काळजी करू नकोस. समजतंय ना मी काय सांगतोय ते? In any situation "Be at ease and make it simple" हा गुरुमंत्र मी या आधी तुला दिला आहे. follow it."

"सानिका खेळली का चौसर? मला नाही वाटत तिला आवडेल तो खेळ. It's a complex game."

"अगदी आयुष्यासारखा. चौसरमध्ये सगळं सुरळीत चाललंय असं वाटत असतानाच अचानक सोंगटी बाद होते आणि पूर्ण खेळच विस्कटला जातो. मग भरकटल्यासारखं होतं. नशिबाचा खेळ आहे नशिबावरच सोडावा लागतो. जेव्हा नशीब पालटेल तेव्हा पुन्हा सगळं आपल्या मनासारखं व्हायला लागतं. आशावादी रहा, Nothing is permanent. This situation will also change one day. Don't worry."

"म्हणजे समजुतीवर आयुष्य जगायचं?"

"पर्याय नाही. सकारात्मकता ठेवली की मनासारख्या गोष्टी घडायला लागतात. तू अजीबात चिंता करू नकोस. तुझा problem खूप complex आहे पण त्यात बदल होईलच. मी आहे ना तुझ्या पाठीशी."

"म्हणूनच तर मी balanced आहे. कोलमडली नाही. फक्त सगळ्या चांगल्या गोष्टी भर भर व्हाव्यात अशी इच्छा आहे. अगदी पार वैतागलेय मी या रोजच्या कटकटींना."

"स्वत:ला चांगल्या कामात बिझी ठेव, brood करत जाऊ नकोस. तुझं हॉस्पीटल ठीक सुरु आहे? ती ग्रेसी नर्स येते का रेग्युलर ड्युटीवर?"

"हो, येते ती. कामात चांगलीच आहे ती. ही नवीन भानगड सोडली तर सगळं छानच होतं. सानिकाचं आणि तिचं पटतं पण खूप. हुशार फॅमिलीतली आहे ती. मला तर धड भांडता पण येत नाही तिच्याशी."

"आता काय झिंज्या उपटून भांडणार एकमेकांशी? तू बरोबर करतेस बघ. कामाच्या वेळी तिच्याकडे दुर्लक्ष कर पण कामात नको. ती बोलते तुझ्याशी आपणहून?"

"बोलते ना. पेशंटस् चे रिपोर्टिंग अगदी व्यवस्थित करते. कधीही कामात चुकत नाही. स्मार्टच आहे ती."

"मग अरविंदला का अडकवलं आपल्या जाळ्यात? काय कारण असेल? अरविंद हे देखील विसरला आपल्याला बायको आहे, वयात आलेली मुलगी आहे. कोण नक्की चुकतंय वाटतं तुला?"

"काय उपयोग त्याचा मागोवा घेऊन? काही गोष्टी व्हायला कधी कधी कारणच लागत नाही, आपोआप होतात... तसलंच काही झाले असेल."

"समजावून बघितलं दोघांना?"

"सगळं झालं अण्णा. काय पण उपयोग नाही. कुठवर चालणार असं कुणास ठाऊक."

"हॅरी?... हॅरीचं काय म्हणणं आहे?"

"तो खूप चांगला माणूस आहे अण्णा. त्याला देखील हा प्रकार आवडलेला नाही. पण माझ्यासारखाच तो देखील helpless आहे."

"हं... मला देखील काही सुचेनासे झालंय बघ. I think you yourself can handle the situation better than anyone." गायत्री ह्यावर काहीही बोलली नाही. त्या दोघांचं प्रकरण हाताबाहेर जाऊ नये म्हणून काय करता येईल ह्याच विचारात होती. पण अण्णांच्या बोलण्याने तिला धीर आला होता. "Yess, I must fight out it" म्हणून तात्पुरता का होईना तो विषय तिने मनातून झटकला व रोजच्या कामात व्यस्त झाली.

"आज प्रमिलाकाकुकडे dinner आहे आपल्यासाठी. खास वऱ्हाडी मटण तयार करणार आहे तुझ्यासाठी. तुला आवडतं ना वऱ्हाडी जेवण?" चंदा संध्याकाळी सांगत होती. मूड बदलण्यासाठी काहीतरी happenings फार जरूरी असतात. सानिकाला ते ऐकून बरे वाटले "एरव्ही देखील असेच Get to gether होत असतात का ग?" तिने विचारलेच. चंदा हसत होती तिचा प्रश्न ऐकून. "सानिका, रुटीनमध्ये बदल किती आवश्यक असतो व त्याने कसे आपण सदैव आनंदी राहू शकतो हे अण्णांनीच आम्हा सर्वांना शिकवले आहे. पटतं तुला?" "अगदी बरोबर, मी देखील हे नव्यानेच शिकतेय इथे राहून. जॉली कपल आहे दामोदर अंकल प्रमिलाकाकू. "किती वाजता जायचं आपण?" "रात्र लवकर होते. थंडीचे दिवस आहेत. त्यामुळे साडेसात पर्यंत जाणे योग्य होईल. तिची तयारी पूर्ण करूनच आले मी."

"किती काम करता तुम्ही housewives. थकत नाहीत का तुम्ही?" "अगं त्या शिवाय रात्री झोप कशी येईल. बरोबर ना!" चंदाने तयार केलेला आल्याचा चहा घेत तिघेही बसले होते. हळूहळू संध्याकाळ होत

होती. ठीक ७.३० वाजता अण्णा व सानिका दामोदर कडे पोहोचले. छोटे असूनही दामोदरने घर छान ठेवले होते. घरात वऱ्हाडी मटणाचा सुगंध पसरलेला होता. सुधाकर चंदा आधीच आलेले होते. सरबत देऊन प्रमिलाने सर्वांचे स्वागत केले. “अण्णा, सुधाकर थोडी थोडी चालेल का?” दामोदरने विचारले. थंडीचे दिवस असल्याने त्यांनी लगेच हो म्हटले. साधारण साडे नऊ वाजता जेवणं आटोपली. टफी साठी प्रमिलेने “खाऊ” दिला होता. जेवणाचा बेत उत्तम होता. सानिका अगदी पोटभर जेवली. थोड्याच वेळात ती दोघे घरी पोहोचले. आजचा दिवस कसा निघून गेला तेच कळलं नाही. खरं तर सानिकाला मम्माशी बोलायचं होतं. पण फोन करायला आता उशीर झाला म्हणून तो विचार तिने मनातून काढून टाकला. अण्णा टीव्हीवर न्यूज बघत होते. आता झोपलेले बरं म्हणून अण्णांना Good night करून सानिका बेडरुममध्ये गेली. मम्माला एकटं ठेवणं तिला पटत नव्हतं. प्रथमच तिला U.S. ला परतावं वाटलं.

सकाळी सानिकाला जाग आली तेव्हा टफीला घेऊन अण्णा पटांगणात निघणार तेव्हाच सानिका देखील त्यांच्या सोबत गेली. मंदीरच्या पायरीवर बसून फोनवर मोठ्या आवाजात बोलत सुधाकर बसला होता. अण्णांना, सानिकाला बघून हात दाखवून त्याने अभिवादन केले. टफी त्याचा हात चाटायला लागला म्हणून बोलणे आटोपते घेत तो उठला. “अण्णा नमस्कार. आनंद येतोय उद्या बेंगलोर हून. आहे ४-५ दिवस.”

“अरे वा; मज्जा आहे मग तुम्हा दोघांची. आला की पाठवा त्याला माझ्या घरी. त्याच्याशी गप्पा करणे मला खूप आवडतं.”

“कोण आनंद अण्णा?” सानिकाने विचारले.

“सुधाकरचा मुलगा. बाविसावे लागले असेल ना रे त्याला?” (सुधाकर मान डोलवतो) “Biotechnology मध्ये M.S. करतोय. खूप हुशार आहे. तुझी पण ओळख होईल.”

“या आधी कुणी बोललं नाही त्याच्या बद्दल?”

"सानिका, आता येतोच आहे ना तो, तर प्रत्यक्षात भेटच होईल ना आता" सुधाकरने सांगितले.

"Exactly काय करतोय तो biotechnology मध्ये?"

"आता ते तोच जास्त चांगलं सांगू शकेल." सुधाकर.

"I like biotechnology verymuch. मजा येईल त्याच्याशी बोलून. आनंद नाव आहे ना त्याचं? किती भारी नाव आहे, आवडलं मला." टफीसह फेरफटका झाल्यावर सुधाकरला चहासाठी अण्णा त्याला घरी घेऊन गेले. अण्णा चहा तयार करण्यासाठी किचनकडे गेले. सुधाकर व सानिका बैठकितच गप्पा करत बसले.

"आनंदने biotechnology branch कशी काय निवडली?"

"त्यानेच निवडली. कारण त्यालाही सांगता येणार नाही पण खूप आवडीचे विषय आहेत त्यात असंही म्हणाला. आता तिसऱ्या वर्षात आहे. पहिली दोन वर्ष खूप छान मार्क्स मिळवले."

"अच्छा? very good. पुढे काय करायचं ठरवलं त्याने?"

"पुढील शिक्षणासाठी व settle होण्यासाठी ऑस्ट्रेलियाला जायचा प्लॅन आहे. बघूया काय दिवे लावतात आमचे चिरंजीव" हसत सुधाकर म्हणाला.

"अरे तो शाळेपासूनच हुशार आहे. तो नक्की पूर्ण करेल त्याची इच्छा बघ तू" अण्णा चहा देत म्हणाले.

"अण्णा, तुमचा आशीर्वाद नक्कीच त्याला तारून नेईल."

"कसा येतोय तो?"

"उद्या ट्रेनने पोहचेल सकाळी दहा पर्यंत."

"सानिका, ओळख करून घे चांगली ह्या मुलाची; खूप हुशार आणि interesting personality आहे." अण्णा सानिकाकडे बघत हसत म्हणाले.

"नक्कीच अण्णा - He sounds a good company."

"आणि हो, देवावर फार विश्वास आहे त्याचा. Spirituality बद्दल अभ्यास, वाचन देखील खूप आहे. बोलतांना तारतम्य ठेवूनच बोलतो."

"What is तारतम्य?"

"He is good in discriminating between what is right and what is wrong. Sagacity you can say in a word."

"Oh, too much maturity at an early age! Good. I liked it. सुधाकर काका, साधू संत वगैरे तर नाही होणार ना आनंद?" सगळे खळखळून हसले.

"सानिका, सवयींनी, वागण्यात तो एकदम मॉडर्न आहे बघ. अध्यात्माची आवड कशी निर्माण झाली त्याला कुणास ठाऊक. इथे होता तेव्हा दररोज चंदा सोबत मंदिरात मात्र जायचा." सुधाकर म्हणाला.

"A mutant gene it seems" हसत सानिका म्हणाली. अण्णा, सुधाकरला हे खूप आवडले.

चहा घेतल्यावर सुधाकर निघून गेला. "नाश्ता काय करणार सानिका?" अण्णांनी विचारले. "Anything अण्णा. तुम्ही तयार करणार नाश्ता?"

"अगं नाश्त्यासोबतच मला जेवणाचीही तयारी करायची आहे. बरं जेवणात काय चालेल? You like chicken curry?"

"चालेल. पण तुमच्या वऱ्हाडी स्टाईलने बनवा. नाश्त्याला थालीपीठ चालेल की. खूप दिवसांत खमंग थालीपीठ बटर खालले नाही मी."

"That's good. पहिले मस्त भाजणीचे थालीपीठ बनवतो मग चिकन Order करतो. सारखं सारखं nonveg खायचा कंटाळा येत नाही तुला?"

"अहो अण्णा, U.S. मध्ये तो आमचा staple diet आहे. Choice नाही. रोज भारतीय पद्धतीचे जेवण कसं काय घेणार?"

"मनात आणलं तर सगळं शक्य आहे. रोजच्या रोज nonveg खाणं मला नाही पटत. शाकाहारासारखा आहारच नाही बघ. तुमचं science पण तेच सांगतं."

"अण्णा, तुम्हाला पुरणपोळी करता येईल? मला खूप आवडते."

"अगं, सगळा स्वयंपाक करता येतो मला, अगदी उत्तम. उद्या करायची का पुरणपोळी?"

"अगदी चालेल. I will be leaving after a week. जितकं Indian food खाता येईल तितकं खाणार."

"शिकत का नाही स्वयंपाक करायला? मुलींना सगळं कसं करता आलं पाहिजे. येता जाता ऑम्लेट नाहीतर चिकन, ते देखील आयतं... processed. किती चुकीचं अन्न खाता तुम्ही. गायत्रीला सांगून तर थकलो मी. fast life, fast food, fast आजारपण. असंच म्हणावं लागेल आता."

"अण्णा, when you are in Rome, behave like Romans असं का म्हणतात मग? That is cultural difference." अण्णा ह्यावर काहीच बोलले नाही. भगतने आणून दिलेलं चिकन व जायफळ फ्रिज मध्ये ठेवत अण्णा स्वयंपाक घराकडे वळले. "What is जायफळ अण्णा?" जायफळाकडे जवळून बघत सानिकाने विचारलं. "It smells good."

"Nutmeg. जायफळ म्हणजे Nutmeg, खूप औषधी गुणधर्म आहेत जायफळ मध्ये. Good for health. उद्या पुरणपोळीत जायफळ असेल. स्वाद वाढवण्यासाठी."

संध्याकाळी जेवणाअगोदर सानिकाने मम्माला फोन केला. रडक्या आवाजात मम्मा बोलत होती.

"Whats wrong mamma?"

"नेहमीचंच. डॅडी रात्री घरी आलाच नाही. खूप काम होतं म्हणाला. कसले काम सानिका? ढोसत बसला असेल. आता लोळतोय बेडवर. डोकं दुखतंय म्हणून. काही एक स्पष्ट बोलत नाही.वितंड वाद घालायला मात्र तयार."

"ग्रेसी होती त्याच्या बरोबर?"

"Yeah, She was with him. I confirmed it from Harry."

"Harry ला काहीच वाटलं नाही त्या बद्दल? साधा राग पण आला नाही?"

"राग तर मला आला अरविंदाचा. मला रात्रभर भांडत होती ग्रेसी माझ्याशी. अख्खी रात्र भांडण? काय म्हणावं आता तूच सांग."

"भांडण वगैरे काही नाही. She is pretending anger. Sort of a flirtation charm. खूप लाघवी आहे ती. ती भांडूच शकत नाही. एखाद्याने Love give up केलं असतं. She should have to let go the relationship. चांगली ओळखते मी तिला."

"I don't know to what level this will go."

"तु काय करतेस?"

"तयार होतेय, हॉस्पीटलला जायला. मरू देत त्याला एकट्याला घरीच. मी माझं आयुष्य कां खराब करू त्याच्यासाठी?"

"मम्मा, Don't do anything in haste. Be careful. You don't know their motives clearly yet. Be in contact with Harry. He too must be keeping a close watch. जेव्हा हॅरी खूप रागावलेला दिसेल तेव्हा समजायचं आता पार्टनरशिप धोक्यात आली. तेव्हा ठरवायचा Next action plan."

"किती matured झालीस बेटा तू. तू नको ह्यात पडू. सुटी संपत आलीय. इथे परतल्यावर नेहमीसारखी अभ्यासात लक्ष दे. Rank

चुकायला नको. अण्णांना मदत कर त्यांच्या कामात. ते गव्हर्नेस काही ठेवणार नाहीत. तू मजेत आहेस ना? काळजी घे."

"मजेत? मजेतच आहे मी आणि नाही देखील." आज ऐकण्यात आलेल्या प्रकाराने सानिका बेचैन झाली होती. कशीबशी झोपण्याचा प्रयत्न करीत होती. टफीचं जेवण, फेरफटका झाल्यावर दोघांनीही जेवण केलं. अण्णा टी.व्ही. वर बातम्या बघत होते. तेवढ्यात चंदा आली. कसलं तरी पार्सल होतं तिच्याजवळ.

"काय आहे हे चंदाकाकू?"

"अगं आता तुझी परतायची वेळ झालीय ना. काही खाण्याचे सामान व भेटवस्तू आहेत त्यात. Perishable असं काहीच नाही. Check in bag मध्ये ठेवून दे. अरविंद गायत्रीला खूप आवडतील ह्या वस्तू. नव्हाळी समज आपल्याकडची."

"कशाला ग त्रास करून घेते? आणि मला परतायला चांगला आठवडा आहे."

"उद्या आनंद येतोय ना. तो राहील चांगला ४-५ दिवस. त्याच project submit झालं म्हणून इथे येतोय. तो आला की काही एक करता आलं नसतं, म्हणून आणलंय आजच."

"त्याच्या आवडीच्या खाण्यापिण्याच्या गोष्टी करशील तेव्हा मला विसरू नकोस म्हणजे झालं." दोघीही हसायला लागल्या. चंदाकाकूच्या येण्याने सानिकाची बेचैनी बरीच कमी झाली होती. चंदाकाकू बद्दलचा गैरसमज आता एकदम नाहीसा झाला होता.

आज सकाळी सुधाकर गावंडेंचे घर आनंदच्या स्वागतासाठी सज्ज झाले होते. सुधाकर एकटाच रेल्वे स्टेशनवर त्याला घ्यायला गेला होता. त्याला बाजूला बसवून आनंदने स्वतः ड्रायव्हिंग करत फॉर्च्युनर गाडी कॉलनीत आणली. सगळ्यांच्या नजरा त्याच्यावरच होत्या. इतकं देखणं रूप कॉलनीत नव्हतं. गाडी घरावरून जातांना अण्णा व सानिकाचे लक्ष

त्याच्याकडे गेले. गॉगल कपाळावर घेत त्याने अण्णांना हात हलवून अभिवादन केले. त्याला बघून अण्णांना खूप आनंद झाला, जणू त्यांच्याच घरी पाहुणे आलेत.

"Looks very smart अण्णा."

"खरंच स्मार्ट आहे आनंद. वागण्या बोलण्यातून जाणवेलच तुला. आपण तयार होऊया लवकर. तो नक्कीच येईल थोड्या वेळाने आपल्याला भेटायला."

"इतके चांगले संबंध आहेत आपले त्यांच्याशी?"

"रमाच्या जास्त close होता तो. वरचेवर यायचा, मजा करायचा. केव्हाही त्याच्या आवडीच्या गोष्टींसाठी हट्ट करायचा लहान असतांना. रमादेखील त्याचे सर्व हट्ट पुरवायची, पोटच्या पोरासारखं."

"पण मग आता तुम्ही काय करणार त्याच्यासाठी? त्याने हट्ट केला तर?"

"अगं आज तुझ्यासाठी पुरणपोळीचा बेत आहे ना. त्याला पुरणपोळी खूप आवडते. खुश होईल आल्या आल्याच."

"माझी ओळख करून द्याल ना त्याच्याशी?"

"चंदा हुशार आहे. तीने सांगितले देखील असेल तुझ्याबद्दल, काळजी करू नकोस. त्याच्या बोलण्यानेच तो मैत्री करतो. तुला येईल अनुभव."

अण्णांनी वर्णन केले तसाच आनंद होता. अण्णांसाठी वुलन स्वेटर व कॅप त्याने आणली होती. सानिकाशी ओळख झाल्यावर दोघेही त्यांच्या टेक्निकल गप्पांमध्ये बिझी झाले; करिअर बद्दल बोलायला लागले. अण्णांनी हळुच जावुन दोघां साठीही पुरणपोळी आणली. "अण्णा तुम्हाला ठाऊक होतं मी येणार इथे म्हणून? म्हणूनच माझ्या आवडीची पुरणपोळी बनवली ना?" हसत हसत आनंदने विचारले.

"अरे, तुझ्या आवडी निवडी सगळ्या मोहल्ल्याला ठाऊक आहे. पण तुला आवडली ना पोळी? मग भरपूर खा. सानिका तुला आवडली?"

"Off course अण्णा. Its my favourite."

"बाबा काय करताहेत रे?"

"He is planning some outing for tomorrow. तुम्हाला कळवतीलच बाबा. Sanika, you are interested in this outing?"

"Where are we going?"

"चिखलदरा, A good hill station near Akola."

"Yeah, I heard about it. You had been there before?"

"Many times. मोटार सायकलने जाण्यात खरी मजा."

"How are we going?"

"All will accommodate well in Fortuner. अण्णा, मला तुमची बुलेट द्याल का?"

"अरे बाबा १३० किलोमीटरचा प्रवास आहे. थंडीचे दिवस आहेत. गाडीच सेफ राहील आणि एकट्याला बोअर पण होईल."

"No अण्णा. I love bike riding." आनंद.

"Me too, मी तर किती दिवसात two wheeler बघितली पण नाही. अण्णा, If you don't mind मी जाऊ आनंद सोबत तुमच्या बुलेटवर?" सानिका.

"बघ बुवा; आत्ताच सर्दी खोकला होऊन गेले तुला, परत काही झालं तर तुझी मम्मा माझ्यावरच ओरडेल."

"No problem सानिका. Two is a better company. अण्णा, आम्ही येऊ तुमच्या मागे हळू हळू; फोटो काढत, चालेल?" आनंद.

मोठ्या मुष्कीलीने अण्णांनी हो म्हटले व सुधाकर चंदाची परवानगी घ्यायला सांगितली. स्वादिष्ट पुरणपोळी खाल्यानंतर आनंद निघून गेला. जाण्यापूर्वी रमाच्या फोटोला नमस्कार करायला मात्र

विसरला नाही. त्याच्या पाठमोऱ्या आकृतीकडे कितीतरी वेळ सानिका बघत होती.

चिखलदऱ्याच्या घाटातून बाईक राईड चा अनोखा अनुभव त्या दोघांना येत होता. शीव मंदीरात दर्शन घेवून ते निघाले तेव्हा बुलेटच्या समोरुन हरीणांचा कळप धावत रस्ता ओलांडीत होता. सानिकाची फोटोग्राफी सुरूच होती. आनंद प्रत्येक रम्य पॉईटवर थांबायचा, विस्तीर्ण खाई दोघेही न्याहाळायचे. एन्जॉय करत करत ती दोघे सातपुडा रिसॉर्टला पोहचले. त्यांना सुखरूप आलेले बघुन सुधाकर, अण्णांना खूप हायसे वाटले. सानिका चंदा जवळ जावून बसली. "आता ११.३० वाजले आहेत. थोडे फ्रेश होवून आपण ब्रेकफास्ट स्कीप करून लंच केलेला बरा. पटतय का?" आनंदने विचारले.

"we are too late for the breakfast. Yes I like your idea" सानिका म्हणाली. आपापल्या रुम्स मध्ये जावून सगळे फ्रेश झाले. तासाभरात सगळे लंच साठी एकत्र झाले. आनंद लंच काय ऑर्डर केला?" सुधाकर

"बाबा आपण लंच व्हेज करुया, डीनर ला आपल्या आवडीच नॉनव्हेज असेल; चालेल?

"अगदी चालेल आनंद. कालच्या पुरणपोळीने माझ पोट जरा जड झालय. I will prefer veg for lunch." सानिका. अण्णा परिसर व्याहाळत होते. रमासोबतच्या त्यांच्या आठवणी जाग्या झाल्या. सुधाकर, चंदा परिसरात फेरफटका मारून आले. "सानिका भूक लागली असेल तरच जेवण कर. पोट कसं आहे आता?" अण्णांनी काळजीने विचारले.

"तशी मी ओके आहे अण्णा, थोडी भूक पण लागलीय." सानिका

"अरे पोटभर जेवा सगळे. आता आपण लंच नंतर पॉईंटस् बघायला जाणार आहोत. प्रत्येक पॉईंटवर भरपूर चालणे होईन, थोडी दमछाक सुद्धा होईल. अन्न पचून जाईल तोवर. Just enjoy" अण्णांनी

सकारात्मकता आणली. आनंद, सानिका परत एकदा बुलेट ने पॉइंटस् बघायला निघाले. समोर सुधाकरची फॉर्च्यूनर होतीच. “अमेरिकेतील Grand Canyon ची भव्यता इथे नाही पण इथली हवा, वातावरण खूपच आल्हादकारक आहे” सानिका आनंदला सांगत होती.

“You speak fluent मराठी. मला आवडलं” आनंद.

“अरे घरी आम्ही तिघेही मराठीतच बोलतो. मम्माने तर खूप मराठी पुस्तके आणून दिली मला. पण वाचणं होत नाही.”

“पु.ल. देशपांडेंची सगळी पुस्तकं वाच, मराठी संस्कृती खूप जवळून समजते. आमच्याकडे आहे आवड सगळ्यांनाच पुस्तक वाचायची.”

“हा कोणता पॉईंट आहे?” एका विस्तीर्ण पसरलेल्या पॉईंटच्या लोखंडी गेट मधून प्रवेश करतांना सानिकाने विचारले. एका मोठ्या प्लाक पाशी आनंदने बुलेट थांबविली. “दामोदर व्हॅली”, वर लिहीले होते. “In the loving memory of Nachiket Deshpande form Akola “असें लिहिलेले दिसले.”

“कोण आहे हा नचिकेत? You know anything about him?” सानिकाच्या प्रश्नावर आनंद जवळ उत्तर नव्हते. पॉईंट पूर्ण पाहील्यावर ती भारावून गेली.” of all the points this is the best “तिने प्रतिक्रीया व्यक्त केली. “अगदी बरोबर बोललीस तु” आनंद म्हणाला. हिवाळा असुनही ऊन चांगलेच जाणवत होते. दुपारचा दीड वाजला होता. एका झाडाच्या सावलीत ती दोघे आली. त्यावेळी सानिकाचा फोन वाजला.

“Halo mamma! Everything Ok there? इतक्या रात्री कसा काय फोन केला?”

“अग अरविंद अजुन आला नाही. त्याची वाट पहात बसली. झोप काही येत नाही. Don’t worry, मी ठीक आहे. तु कुठे आहेस?”

“आम्ही आज चिखलदरा बघण्यास अलो. Outing म्हणून.

"Points बघुन झालेत? तुझ्या फोटोग्राफी साठी बेस्ट पॉइंट कोणता वाटला?"

"दामोदर व्हॅली. Its a beautiful view of the valley. Looks a new point. You know?"

"Yeah. Its in the memory of Nachiket, My Classmate."

"What? "सानिका जवळ जवळ किंचाळलीच. तुझा Class fellow! What wrong happened to him?"

"Better you read "PANG", written by his father Dr. Shrikant Deshpande. You will know everything about Nachiket."

"मी ज्या डॉक्टर अंकल कडे गेली होती ते पण डॉ. श्रीकांत देशपांडे आहेत. "अग तेच. He is Nachiketa's father."

"My God, I never knew this. I will ask for one copy of PANG to doctor uncle. एवढी tragedy, पण चेहऱ्यावर दिसु देत नाहीत ते. He is a very good doctor."

"तु इथे आलीस की मी नचिकेतच्या school life च्या आठवणी सांगेन. He was a very charming and interesting fellow."

"Like his father!"

"Absolutely."

डीनर नंतर गप्पागोष्टी करतांना सानिकाने हया पॉइंट बद्दल सगळ्यांना सांगीतले. इथल्या प्रत्येक पॉइंटला काही ना काही history आहे. आपण कोणत्या अँगल ने पॉइंट बघतो त्यावर अवलंबून आहे की स्मरणात राहील की नाही.. अण्णा सांगत होते. दामोदर व्हॅली सानिका कधीही विसरणार नव्हती.

दुसरे दिवशी सकाळी नाश्त्यानंतर सर्व मंडळी १२ वाजेपर्यंत अकोल्यात पोहचली. आनंदने बुलेट अण्णांच्या घरी पार्क केली व दोघांचाही निरोप घेवून तो घरी गेला. एक छान प्रवास झाल्याबद्दल सानिका आनंदी होती. अण्णा स्वयंपाक घरात बिझी होते. मम्माची काल झोप तर झाली असेल ना?, डॅडी इतक्या उशीरापर्यंत का आला नसेल, मग कधी भेटला तो मम्माला असे अनेक प्रश्न तिच्या समोर उभे राहीले होते. मूळ समस्या जैसे थे होती. संध्याकाळी पुन्हा फोन करूनच कळणार होते त्या बद्दल. तोवर सकारात्मक चिंतन करायचे तिने ठरविले.

संध्याकाळी सानिकाने फोन लावला. गायत्री घरीच होती.

"हॅलो मम्मा, How are you!"

"मी ठीक आहे. Getting ready for hospital"

"डॅडी किती वाजता आला रात्री?"

"आत्ता सकाळी आला."

"परत भांडला की काय कुणाशी?"

"नशेतला माणूस काय सांगणार सानिका?"

"तु काही विचारलं नाहीस?"

"आता हे नेहेमीचच होवून बसलय. विचारून कोणतं वेगळं उत्तर देणार तो. कांही चांगल वाईट कळलं तर मीच कळवेन तुला. अण्णा काय करताहेत?"

"ते टफीला घेवून गेलेत ग्राऊंड मध्ये फेरफटका मारायला, बोलायचं त्यांच्याशी?"

"How is he after knowing this mess?"

"As usual cool., stoic, composed. But must be thinking a lot. त्यांच TV. बघणं बरेचसं कमी झालय इतक्यात."

“Now its your last week in India. Frequent outings and eating out... stop that now. Look after your health. Read something.”

“Read? Oh yeah, remember the book PANG you suggested. उद्या मी डॉ. देशपांडे कडे जाऊन चौकशी केली तर चालेल? आता Online घ्यायला उशीरच झाला ना.”

"त्यांना भेटायला हरकत नाही. पण माझ्याकडे आहे ना एक कॉपी. इथे आल्यावर देखील वाचता येईल."

“तिथे मी आली की बिझी होऊन जाईल. त्यापेक्षा I will go to doctor uncle. “As you think.”

“OK मम्मा, Bye.”

“Bye... take care”

कधी सुटणार होता डॅडी या जंजाळातुन? कधी हायसे वाटणार होते मम्माला? अशा अनेक प्रश्नांवर उत्तरेच मिळत नव्हती. अण्णा काय करताहेत बघण्यासाठी सानिका किचन कडे वळली. अण्णा स्वयंपाक करत होते.

“अण्णा may I help you?”

"गायत्री कशी आहे? काय म्हणाली?"

“मम्मा बरी आहे. रुटीन मध्ये बिझी आहे”

“अरविंद प्रकरण कुठवर आलय? काही सुधारणा?

“Status quo आहे.”

“मी ऐकलय तो रात्री एकतर खूप उशीरा येतो, नाहीतर येत पण नाही. खरं आहे हे?”

“I am afraid, but it is true.”

“कांही एक करू शकत नाही मी इथून. तोडगा काढला नाही तर विकोपाला जाईल सगळं. सुचत पण नाही काही.”

“Same with mamma, She is helpless.”

कुठवर चालणार हे सगळं कुणास ठावूक.”

"अण्णा, कोणाची चूक आहे हेच कळत नाही. त्यामुळेच मम्मा helpless आहे. सगळे individually चांगलेच आहेत. तुम्हाला काय सुचतय अण्णा?”

“मी तिथे असतो तर काहीतरी समजल असतं, काही तरी करता आलं असतं. इथून मी काय करणार?”

रात्री जेवतांना दोघांनीही खूप चर्चा केली. बऱ्याच गोष्टी अण्णांनी तिला नव्यानेच सांगीतल्या होत्या. तूर्तास wait & watch च करायचं होतं.

सकाळी अण्णा व सानिका चहा घेत बसले होते. अण्णा पेपर वाचत होते. अचानक आनंद आला. पूजेसाठी आईने फुलं दिले म्हणाला, अण्णांनी आनंदाने त्याचे स्वागत केले. आता तिघेही गप्पागोष्टीं मध्ये रमले होते.

“तु कधी जायची आहेस परत सानिका?” आनंदने विचारले.

“After Christmas. 27th Dec. मला मुंबईला जावे लागेल. 28 ची माझी flight आहे. तु कधीपर्यंत आहेस!”

“मला देखील 27 Dec. ला मुंबईला जायचे आहे. माझ्या बॉसचे लग्न आहे, जावेच लागणार? After that on 28th evening I will fly to Bangalore.”

“अरे वा, म्हणजे पुन्हा एकत्र मुंबईस जाण्याचा योग आला की" अण्णांनी आश्चर्य व्यक्त केले.

“Infact बाबांनी निरोपच दिलाय तुम्हाला की आपण एकत्रच जावु... by road.”

“Thats great, दामोदर प्रमिला येताहेत का सोबत?”

“हो, त्यांना निरोप देवूनच तुमच्या कडे आलो.” आनंद.

“This christmas... what are you doing?” सानिका.

“आम्ही Local मित्र मैत्रीणी get together करणार आहोत. रात्रभर मजा करणार आहोत..... delicious food, music dance वगैरे. You can also join us. It will be great fun.” आनंद

“अण्णा.... तुम्ही काय करणार Christmas ला?” सानिका

“आम्ही काय करणार.... थोड खाणार, थोडी पिणार आणि रात्रभर चौसर खेळणार. तु जा ना आनंद सोबत. मजा कर.”

“Really?... Then I will join you Anand. तुझ्या मित्र मैत्रीणींना awkward होणार नसेल तर.” सानिका.

“तुला अगदी comfortable वाटेल सानिका आमच्या गृप मध्ये. अण्णा, मी तुमची बुलेट वापरेन त्यादिवशी,” आनंद. अण्णांनी मानेनेच होकार दिला.

गावाबाहेर आनंदने त्यांच्याच शेतातील फार्म हाऊस मध्ये हा कार्यक्रम आयोजीत केला होता. सगळेच टु व्हिलरने आले होते. आनंद सानिका बुलेटने पोहचले. तिथली सगळी व्यवस्था बघून सानिका भारावून गेली होती. एक rustic feel येत गावाबाहेर ते तिला खूप आवडायच, सानिकाने लगेच पाच - सहा मुलींशी मैत्री करवून घेतली. कॅम्प फायर ची उब वातावरण आल्हादीत करत होती. मुख्य म्हणजे अवती भवती वस्ती नसल्याने कुणालाच गाणे-बजावण्याचा, म्युझीकचा त्रास होणार नव्हता. खाण्या-पिण्याची अगदी चंगळ होती. म्युझीकच्या तालावर डान्स करतांना सर्व मंडळी खुश होती. सानिका सर्वांबरोबर

बिनधास्त नाचत होती. ख्रीसमस ट्री वर आनंदने सुरेख लाईटींग केले होते. आनंदने arrange केलेली पार्टी अगदी Professional होती. सगळ्याची विचारपूस, सोय, गैरसोय तो बघत होता. डान्स नंतर सर्व मंडळी Camp fire च्या भवताल ठेवलेल्या खुर्च्यांवर बसले. सगळ्यांना Welcome drink देण्यात आले. नंतर पार्टी झाली, अत्यंत सुग्रास व्यंजने असल्याने सर्वांनी येथेच्छ ताव मारला. रात्री बारा वाजता फटाका शो सर्वांचे लक्ष आकर्षीत करत होता. रात्री १ वाजता कार्यक्रम संपला. सानिका खूप खुश होती, परततांना तिने आनंदला thanks दिले. घरी परतले तेव्हा चौसर सुरु होता. घरची पार्टी देखील चंदा - प्रमिलाने खूप छान अरेंज केली होती. “Merry Christmas to you all!” घरात पाऊल ठेवत सानिका म्हणाली. सर्वांनी तिला Cheer केले. आनंद खुर्चीवर बसून चौसर बघत होता. नेहमी प्रमाणे अण्णा - प्रमिला जिंकतांना दिसत होते. कुणालाही झोप येत नव्हती. रात्री 2.00 वाजता चंदाने सगळ्यांसाठी drinking chocolate केले व डाव संपवा म्हणून सांगीतले. सानिकाने सहज “Merry Christmas mamma, daddy असा message केला. दुसऱ्या क्षणाला गायत्रीचा फोन आला.

“What are you doing at this hour सानिका?”

“Merry Christmas mamma! I just came back from the party with local friends. It was a big thing for me. I really enjoyed it.”

“Local friends.... म्हणजे नेमके कोण? तुला तर कोणीच मित्र मैत्रीण नव्हते अकोल्यात”, “सुधाकर काकांचा आनंद आहे ना; त्याने त्याच्या फार्म हाऊसवर अरेंज केली होती पार्टी, खूप मजा केली. तुम्ही कुठे जाणार आज Christmas साठी?”

“घरीच सेलीब्रेट करायचे ठरविले आम्ही अरविंद आज घरीच आहे. ख्रिसमस ट्री सजवतोय.”

"हा चमत्कार कसा काय झाला अचानक? विचार बदलला वाटतं त्याचा. की ग्रेसी available नाही का आज?"

"You said it Sanika. She is busy somewhere म्हणून."

"Hope she remains busy always at least daddy will be home daily."

खूप दिवसांमध्ये घरी कांहीतरी celebration होत, हया कल्पनेने सानिका व गायत्री दोघीही खुश होत्या. एरव्ही विक्षीप्त वागणारा अरविंद आज एकदम नॉर्मल वाटत होता. हे असच सुरु राहू दे म्हणून गायत्रीने देवाला नमस्कार केला. त्याच वेळी सानिका राज राजेश्वराला साकडे घालत होती.

चौसर आटोपल्यावर सर्व मंडळी पांगली. आनंदने अण्णांची बुलेट घरात व्यवस्थित पार्क केली, किल्ल्या बरोबर जागी लावल्या.

"अण्णा, येतो मी. एखादी चिमूटभर ओवा मिळेल अण्णा. पोट जड झालय." आनंदने असे म्हणताच अण्णांनी त्याच्या समोर ओव्याची डबी ठेवली. ओवा चावून खाल्ल्यानंतर तो घरी निघून गेला. गुड नाईट म्हणून सानिका तिच्या रूम कडे वळली. दारं बंद करून, दिवे विझवून, रमाच्या फोटोला नमस्कार करून अण्णा झोपायला निघून गेले. आजचा दिवस सर्वांसाठी फारच Hectic गेला. झोप सुध्दा अपुरी होणार होती.

दुसऱ्या दिवशी सकाळी चंदा फुलं घेवून आली.

"अरे, आनंद नाही आला आज फुलं घेवून?" अण्णा

"त्याचं पोट बोंबलय. अरबट चरबट खाल्ल असेल."

"रात्री ओवा खाऊन गेला खरे, पण जर आरामच नसेल तर आपल्या डॉक्टरांना दाखवून दे म्हणावं. मी फोन करतो त्यांना" अण्णा.

"Nothing serious अण्णा. पडेल आराम त्याला लंघन केल्याने."

"हयगय नको. परवाच निघायचय एवढ्या मोठ्या प्रवासाला. अगदी आराम करणच योग्य. पण एकदा माझ्या सांगण्यानुसार त्याला डॉक्टरांकडे जावु दे"

"आल्यापासून आरामच नाही त्याच्या जीवाला. ४ दिवसांच्या सुटीमध्ये काय करू, काय नको त्याच्यातच वेळ गेला. मी सांगते त्याला तुमचा निरोप" असं म्हणून चंदा घरी जायला निघाली तेव्हा लगेच सानिकाने तिला हाक मारली." चंदा काकु, आनंदला सांग तयार होवून इकडे यायला. मला देखील काम आहे डॉक्टर अंकल कडे." चंदा हो म्हणून रवाना झाली.

"तुझ पण पण पोट बिघडलय की काय? अण्णांनी सहज विचारले."

"नाही अण्णा. I am fine. चिखलदऱ्यातील दामोदर व्हॅली बद्दल माझ्या मनात कांही प्रश्न होते. I am sure he will answer all my queries."

"अस काय? पण त्या डॉक्टरांना आहे का वेळ इतक सगळं सांगायला?"

"अण्णा, तुम्ही फोन करताय ना आनंद साठी, मग मी येतेय हे सुद्धा सांगा ना. No problem then." अण्णांनी फोनवर डॉक्टरांची परवानगी घेतली. थोड्याच वेळात आनंद आला.

"बुलेट ने रे माझी. सानिका सुद्धा येतेय तुझ्या सोबत."

"कां बरं? तिच पण पोट बिघडले का माझ्या सारखे?"

"अरे बाबा,तिला सहज आपल गप्पा गोष्टी करायच्या आहे त्या डॉक्टरसोबत. जा घेवून तिला" अण्णांनी सांगीतलं.

क्लिनिक मध्ये विकासने दोघांचेही स्वागत केले व आत सोडले. आनंद ने आपली कैफीयत डॉक्टरांसमोर मांडली.

"सतत जागरण, exertion जेवणातील बदल यामुळे झालेल दिसतय. Doesn't look like any infection. आराम कर, १२ तास

लंघन कर, आपोआप recover होशील. You do not need medicines."

"Uncle, you even didn't prescribe any thing to me when I was sick." हसत सानिका म्हणाली.

"Body heals everything if given a chance, offcourse after carefully evaluating everything, why not opt that chance then?"

"You are absolutely correct sir." आनंद.

"So sanika, how was your Chikhaldara trip?" डॉक्टरांनी विचारले -

"Very very nice uncle. We visited Damodar Valley too. I read the plaque and wondered why it is labelled Damodar and not Nachiket? Also we came to know the background. I was totally spellbound to know about Nachiket when my Mom told me the details. Incidentally my mom is Nachikets classmate too." सानिका

"Oh..... that really great!" Doctor

"Can you tell me..." सानिकाच्या प्रश्ना आधीच डॉक्टर म्हणाले..." Take this card. Buy one copy of my book and you know everything about Damodar Valley." तुला पण आवडला का तो पॉईंट आनंद?"

"खूप.... खूप आवडला. आम्ही खूप फोटोग्राफी केली what a valley!"

"नचिकेतने शोधून काढला तो पॉईंट, त्याच्या खूप आवडीचा." बराच वेळ कुणीच बोलले नाही. हातातल्या कार्डकडे सानिका बघत होती. म्हणजे पुस्तक easily मिळणार नव्हते. "Amazon वरून मागव. १ दिवसात पुस्तक येईल तुझ्या हातात सानिका." डॉक्टर म्हणाले.

"थैंक यु सर, येवू आम्ही?" आनंद म्हणाला.

"या. खर तर मी पिडीयाट्रीशियन असल्याने लहान मुलंच बघतो. पण Captain च्या आग्रही फोन मुळे मी तुला बघीतले. By the way, तु काय करतोस? आणि सानिका सोबत कसा काय आलास?"

"माझे वडील कॅप्टन चे जीवलग मित्र, त्यांच्या सांगण्यानुसार आम्ही दोघे आलोत. मी Biotechnology मध्ये P.G. Student आहे."

"Exactly कुठला Subject deal करतोस तु?"

"Blood Components, reverse grouping to confirm the the diagnosis of Rare blood groups like Bombay group etc."

"Thats great. I am impressed. तुझ्या अभ्यासाचं स्वरुप तु ई-मेल कर म्हणजे मला देखील Bombay blood group बद्दल कळेल."

"Sure sir. I will send you a booklet about Bombay group"

डॉक्टरांचा निरोप घेवून दोघेही बाहेर पडले. सानिकाच्या प्रश्नाचं उत्तर न मिळाल्याने ती थोडी नाराज होती. आता घरी गेल्यावरच मम्माची कॉपी वाचावी लागणार होती. आनंदला सुद्धा एक बुकलेट तिने मागीतले. शेवटी दोघांचीही वृत्ती अभ्यासु होती. घरी पोहचल्या नंतर आनंदने दोन बुकलेट्स घेतले. सानिकाजवळ दिले. एक तिच्यासाठी, एक डॉक्टरांसाठी. आता डॉक्टरांकडे हे बुकलेट कसे पोहचणार? तिने विचार केला. सानिकाला त्याने घरा पर्यंत पोहचवले, बुलेट पार्क केली

"आज काय करणार संध्याकाळी?" आनंदने विचारले -

"आराम, तु पण फक्त आरामच कर. कालचं exertion झालय. आरामा शिवाय उपायच नाही." सानिका म्हणाली.

"तुझ्या मॉम सारखी तू पण डॉक्टर होणार का? मिष्कील पणे हसत त्याने सानिकाला विचारले.

“Off course yes. Any doubt?

“No... not at all.”

“तु का नाही मेडीकल opt केलं?” सानिकाने विचारले.

“प्रयत्न कमी पडलेत. नंबर्स मिळाले नाही. Competition खूप आहे India मध्ये, Population प्रचंड आहे. कसा बसा Biotechnology मध्ये प्रवेश मिळाला. But I am enjoying it. Totally connected with medical field.” आनंद म्हणाला. “त्यामानाने तुमच्या US मध्ये लवकर डॉक्टर होता येत असेल ना?” आनंद.

“कसलं लवकर? अरे आनंद schooling नंतर ४ वर्षे undergraduate education, त्या नंतर ४ वर्षे medical school, त्यानंतर ५-६ वर्षे Residency आणि शेवटी Fellowship चे 3 वर्ष. नंतर आपण specialist बनतो.” सानिका नं सांगीतलं.

“म्हणजे तिशी ओलांडल्या शिवाय डॉक्टर बनत नाहीत. काळ्या केसांनी प्रवेश घ्यायचा, पांढऱ्या केसांनी exit.! “आनंद जोर जोराने हसायला लागला.”

“I am afraid it is so. Very rigorous. त्या मानाने भारतात लवकर होता येत असेल ना डॉक्टर?” सानिकाने विचारले.

“तस काही नाही. तपश्चर्या तर इथेही करावीच लागते ना. सोपं नाही.”

“अरे बाहेर उभे राहून का बोलता... आत या घरात. आणि आनंद, आता जेवूनच जा. भूक लागली असेल ना.?” अण्णांनी विचारले.

“भूक तर लागली आहे... पण नको. आज लंघन करायच मला. Doctor Uncle नी सांगीतलं तसं. अण्णा, किल्ल्या ठेवतो बुलेटच्या, येतो संध्याकाळी. बाय सानिका” आनंद घरी गेला. सानिका बैठकीत बसली बुकलेट चाळत. क्लिष्ट वाटत होत सगळं पण अभ्यास करून समजेल सर्व असा विचार करून... “Yess, I will make it one day”

असे म्हणून डॉक्टर बनण्याचा निर्धार केला, ती तिच्या खोलीत गेली व सामान पॅक करायला लागली. उद्याच तर निघायचे होते मुंबईसाठी, आनंदनी दिलेली बुकलेट ची प्रत तिने अण्णांजवळ दिली. सवडीने डॉक्टर अंकल कडे पोहचवा असं तिन सांगीतले. अण्णा साठवणेशी बोलत होते. उद्या संध्याकाळ पर्यंत आम्ही मागच्या प्रमाणे पोहचतो असे सांगीतलं, साठवणे सगळी व्यवस्था करणार होता. बबलू ड्रायव्हरशी बोलणे झाले होते. सकाळी हजर राहतो म्हणाला, सुधाकरने बस सर्विसींग करवून आणली. डिजेल फुल्ल केले. बसचे कागदपत्र चेक केले. प्रमीला दामोदर ची तयारी झाली होती. उद्या ट्रीपला निघायचे म्हणून सगळे आनंदी होते.

संध्याकाळी ते सर्व मुंबईला पोहचले. साठवणेनी सगळी व्यवस्था उत्कृष्ट केली होती. रात्री जेवण करून आराम करायचे ठरले, सकाळी १०.०० वा. सानिकाची fight होती. तिने तिकीट इतर आवश्यक पेपर्स चेक केले. सगळं ठीक होते. अर्ध्या दिवसाच्या लंघनाने आनंदची तब्येत एकदम सुधारली होती. उद्या सकाळी बॉसच्या लग्नासाठी त्याला जायचे होते. संध्याकाळी त्याची flight होती. लॉबीत तो व सानिका चर्चा करत बसले होते. एकमेकांची Information व Contact details मोबाईल मध्ये save करत होते.

“keep in touch Sanika” आनंद.

“off course we will be. I spent quality time with you. I can’t forget that. I will miss you Anand.”

“Me too.”

“Once you are through with final exams, come down to US for higher studies. Great scope there. Why you want Australia for that!”

“I studied a lot. Australia offers a better scope. You had been to Australia any time?”

"Nop. Youget everything in US."

"I mean you will like Australia too. I will look forward for settling there for life time."

बऱ्याच वेळ चर्चा सुरु होती. शेवटी अण्णांनी आवाज दिला... झोपायला चला म्हणाले. सकाळी लवकर उठणे गरजेचे होते. सानिकाची flight होती १०.०० वाजता. तीन तास अगोदर एअरपोर्टवर जाणे जरूरी होते.

भल्या पहाटे सर्व मंडळी उठून तयार झालीत. सकाळी सात वाजता सगळे एअरपोर्ट वर पोहचले होते. Ticket Checking, Luggage Checking नंतर boarding passमिळाला. थोडा अवकाश असल्याने सानिका सर्वांना शेक हँड करत निरोप घेत होती. चंदाकाकुंना अण्णांकडे लक्ष देण्याचे सांगीतले. आनंदला वरचेवर कॉन्टॅक्ट करत रहा असे सांगीतले. ती दोघेही एकमेकांना मिस करणार होती. केवळ चार दिवसांच्या सहवासात त्यांची छान मैत्री झाली. आनंदने घेतलेला Biotechnology विषय तिला खूप आवडला होता. त्याने दिलेले Booklet डॉक्टर अंकलकडे पोहचविण्याचे अण्णांना reminderदिले. सर्वांचा निरोप घेवून ती boarding करीता lounge कडे रवाना झाली. तिच्या पाठमोऱ्या आकृती कडे आनंद किती तरी वेळ बघत होता. सर्वांना हात दाखवित सानिका boarding करीता निघून गेली.

अण्णांच्या हाकेने आनंद त्याच्या तंद्रीतून बाहेर आला, अण्णांनी त्याला लग्नाला जाण्याची आठवण दिली. त्वरीत सर्वांचा निरोप घेवून तो एकटाच बॉसच्या लग्नासाठी रवाना झाला, आज संध्याकाळीच त्याला बंगलोरला जायचे होते. इकडे सर्व मंडळी मुलांना निरोप देवून अकोल्यास रवाना झाली. साठवणेने सर्वांसाठी लंच पॅक करून दिला होता. मुलं परतल्याने सगळेच नाराज झाले होते. प्रवासात कोणीच कोणाशी बोलत नव्हते.

दुसरे दिवशी सकाळी ११ वाजता अण्णा डॉ. देशपांडेच्या क्लिनिक मध्ये गेले. डॉक्टर थोड्याच वेळाने आले. आनंदने सानिकाजवळ दिलेले

बुकलेट त्यांनी डॉक्टरांना दिले. “हे बुकलेट फारच कामाचे आहे. धन्यवाद कॅटन” म्हणून डॉक्टर क्लिनिक कडे रवाना झाले. घरी परततांना थोडे फार सामान घेवून अण्णा घरी परतले. त्यांचा फोन वाजला. गायत्री बोलत होती.

“कसे आहात अण्णा?”

“मी बरा आहे. सानिका कधी पोहचेल?”

“अण्णा १५-१६ तासांचा Journey आहे. येईल ती आज.”

“अरविंद झोपला का?”

“नाही. आत्ताच आला. त्याच जेवण आटोपून झोपूच आम्ही.”

“देते का त्याला फोन. खूप दिवसात बोललोच नाही त्याच्याशी” गायत्रीने अरविंदला फोन देण्याचा प्रयत्न केला, “आज मी खूप थकलोय, त्यांना सांग मी उद्या नक्की करतो फोन म्हणून. “अरविंद म्हणाला. तसं तिने अण्णांना कळविले,

“तो विसरून जातो फोन करायला. हाच प्रॉब्लेम आहे त्याचा” इकडचं - तिकडचं बोलणे झाल्यावर अण्णांनी फोन बंद केला, आणि त्यांच्या स्वयंपाकाला लागले. घर अगदी सुनं सुनं वाटत होतं. सानिकामुळे १५ दिवस मजेत गेले होते, अण्णांना मदत करायला चंदा आली. आनंद, सानिका मुळे कशी मजा आली, सानिका किती गुणी मुलगी आहे वगैरे वगैरे वर चर्चा झाली. आता अण्णांच रोजचं रुटीन सुरु झाले होते.

तिकडे अमेरीकेत नाताळाच्या सुट्टया सुरूच होत्या. एक दिवस हॅरीने अरविंद गायत्रीला त्याच्या घरी पार्टी साठी बोलावले. जायला हवे की नाही हया संभ्रमात गायत्री असतांनाच “आपण जावूया” म्हणत अरविंदने संमती दर्शविली. गायत्रीला आश्चर्यच वाटलं होतं. आज संध्याकाळ पर्यंत सानिका परतणार होती. ती येणार का पार्टीला? की प्रवासाच्या शीणामुळे ती थकलेली असेल असे अनेक प्रश्न तिच्या मनात होते. नक्कीच सानिकाला प्रशस्त वाटणार नव्हतं.

संध्याकाळी सानिका घरी पोहचली. विमानात चांगली झोप झाल्याने ती फ्रेश दिसत होती. घरात शिरताच तिने मम्मा डॅडीला मीठीच मारली. “तु खूपच धीट झालीस एकटीने प्रवास करायला, छान वाटलं तु आलीस म्हणून खूप मिस केल तुला इतके दिवस,” अरविंद म्हणाला.

“टफी सारखा Doberman पाळुयात का आपण? खूप करमणूक असते एक छान doggy घरी असला की.”

“तुला आवडतोना घरात कुत्रा..... मग पाळ की” अरविंद. गायत्रीने अण्णांना फोन करून ताबडतोब लगेच सानिका सुखरूप पोहचल्याचे कळविले. “If you are ok and not tired we go to party at Harry's home” गायत्रीने विचारल्यावर सानिका थोडी विचारात पडली.

“म्हणजे आपले संबंध तणावपूर्ण नाही राहीलेत आता? समझोता झाला की काय? All well ना मम्मा? सानिकाच्या प्रश्नांच्या भडीमारावर गायत्री जवळ कुठलेही उत्तर नव्हते. आशापूर्ण नजरेने तिने अरविंद कडे बघीतले. आपण मोबाईल बघण्यात बिझी आहोत असं त्याने दाखविले.

“Treat this get together as the begining of efforts in settling the issue. कांही न करता काहीतरी केलेले बरे. बघुया यातुन देखील काही चांगले निघेल.” गायत्री सांगत होती. सकारात्मकता जागृत ठेवून आशावादी राहणे केंव्हाही फायद्याचेच होते. थोडा वेळ दोघीही एकमेकींकडे बघत होत्या.

“OK. If that is going to help us, we go tonight” सानिकाने होकार दिला. या पार्टीमुळे कुठलीही तडजोड होणार नव्हती हे मात्र ती चांगली जाणून होती.

हॅरी कडे पोहचल्यावर ग्रेसीने दार उघडून त्यांचे स्वागत केले. अबोली रंगाची साडी अगदी व्यवस्थित नेसून तिने सर्वांना आश्चर्याचा धक्काच दिला. आज ती फारच सुंदर दिसत होती. स्मित हास्य करीत

अरविंद फक्त तिच्याकडे बघत होता. कुणालाही आवडेल अशीच मुलगी होती ग्रेसी. दिवाणखान्यात उजेड मुद्दामच मंद केला होता. हळू आवाजात म्युझीक सुरू होते. हॅरीने सर्वांचे स्वागत केले. वेलकम ड्रींक सर्व्ह केलं गेले. वातावरणात मंद सुवास दरवळत होता. एका कोपऱ्यात ख्रिसमस ट्री सजवले होते. त्याजवळ सानिका बसली होती, सगळ्या गोष्टी नीट न्याहाळत. खरोखर ग्रेसीने घर खूप छान ठेवले होते. गायत्री देखील असाच विचार करीत असावी, इतक्या गुणी मुलीची मती कुठे गुंग झाली असावी? कि इथल्या लोकांसाठी flirting आणि affairs एक Common आहे?

अरविंद व हॅरी एका कोपऱ्यात drink घेत बसले होते. त्यांच्या गप्पा रंगात आल्या होत्या. ग्रेसी प्रकरणाचा लवलेशही त्यांच्या चेहऱ्यावर दिसत नव्हता. “मला फसवण्याचा तर डाव नाही ना त्यांचा” असा विचार देखील गायत्रीच्या मनात डोकावून गेला. “पण माझा संसार का म्हणून विस्कटतील हे लोक म्हणून तिने सागळे विचार झटकुन टाकले व सानिकाच्या शेजारी बसली. “Sorry for being late” म्हणत ग्रेसी हातात एक मोठा ट्रे घेवून आली. “Have some cake, pastries, Cookies. Merry Christmas to you all.” म्हणत तो ट्रे टेबलवर ठेवला. परत आत जावून तिने ड्रींक्स आणले. सानिकाने सॉफ्ट ड्रींक घेणे पसंत केले. Drink घेता घेता गायत्री ग्रेसीचा चेहरा न्याहळत होती. एकदा तर उठून तिच्या झिंज्या उपटाव्या असाही विचार तिच्या मनात आला. पण असला कुठलाही वाईट विचार ग्रेसीच्या मनात आला नाही. सानिकानेच मग संभाषणाला वाचा फोडली.

“Do you celebrate all alone everytime?”

“Not always. But Harry prefers being at home.”

“When is he getting married?”

“We never speak on that. Probably his mind is not prepared,”

"Why don't you get married?" ग्रेसीच्या वर्मावरच सानिकाने सरळ घाव घातला.

"Look, here in US the things of getting married are different, unlike Indians. We settle first and then think getting married. Age is not our criterion ।"

"Then where does flirting fit?" सानिकाच्या खांद्यावर हात ठेवत प्रकरण वाढू न देण्याबद्दल गायत्रीने सुचविले.

"मम्मा, आत्ता नाही तर कधी? कांही गोष्टी वेळीच ठेचायला हव्यात नाहीतर त्या आपल्यावरच हावी होतात, तु सुद्धा बोल ना काही तिला. प्रॉब्लेम तर मेनली तुझाच आहे ना?"

गायत्रीने ड्रींक चा घोट घेतला. शांतपणे म्हणाली, "तशी ती खरच खूप छान मुलगी आहे. येईल तिला अक्कल कधीतरी चांगलं वागण्याची ।"

"काय बोलू मी मम्मा?"

ग्रेसी निर्विकार चेहऱ्याने त्या दोघींकडे बघत होती. स्मित हास्य देवून नी हळूच म्हणाली "But we can't explain certain things. They just happen. But I promise we never will Cross our limits. And yes... we will change our minds one day. You just be comfortable as always. I will not let ruin the situation. I am sorry for whatever we are doing. But I promise you an end to all this in most unexpected way. Yes, the things will certainly change for best. Be nice with us. That means a lot for us, we have none supporting us except you. Dear Sanika, you me make a great friendship, It will never have any detrimental background. I promise." असे बोलणे ऐकून गायत्री सानिका शांत झाल्या. You heard him too any time?" ग्रेसीने विचारलेच. खरच, गायत्रीने

अरविंदला कधी Patient hearing दिलेच नव्हते. फक्त भांडणातच वेळ गेला. "Look Sanika, Gayatri..... we are just best friends. We enjoy each others company. And there is nothing wrong in that. I promise you, nothing wrong will come out of our friendship" ग्रेसी म्हणाली.

"Inscrutable!" गायत्री एवढेच म्हणाली.

"Who the hell of friends stay overnight! What a way expressing your friendship! When will you be matured Gracy! Sorry, I have to say that. Thats not our culture and our culture does not permit such friendship with a married man with a 15 yr old daughter. Be friendly with your own people, not us." एवढे बोलून सानिका थांबली. तिच्या डोळ्यांतील अश्रुंकडे Gracy बघत होती.

"You said too much. You don't know platonic love. I got a tremendous respect for your father Sanika. His unparallel speaking talents and suggestions are of paramount importance to me... our friendship is simply divine!" Gracy.

"Then come to our place for that, How the hell whole night is going to give you divine experience? Is it not strange? We detaste such people." सानिका.

"For expressing our spiritual bond we needed privacy." Gracy.

"I donot agree with your explanations. Just keep him away for Gods sake if at all you believe in God. There is no provision of such relationship in our culture." सानिका. आता रडण्याची वेळ ग्रेसीची होती. आजची पार्टी असलं वळण घेईल

याची तिला कल्पनाच नव्हती. झालाच तर माझ्यामुळे अरविंदचा फायदाच होईल अस तिचं म्हणणं ऐकून आता गायत्रीवर बोलण्याची वेळ आली. "कसला डोंबल्याचा फायदा होणार तुझ्या यामुळे माझ्या अरविंदचा? दारु प्यायला लागला तुझ्या संगतीत आल्यापासून. रात्र रात्र घरी फिरकत नाही. बायको मुलीचा तर विसरच पडलाय त्याला. घरी आल्यावर केव्हाही भांडायला तयार, कसल्या फायद्याचं बोलतेस तू.?"

"One day you will know that. Anyway, I will try my level best to keep away, but do not sever ties between us." Gracy. बराच वेळ कुणीच कोणाशी बोलत नव्हते. Gracy प्रयत्न करणार होती ह्या बोलण्याने गायत्री व सानिका आता बऱ्यापैकी आश्वस्त झाल्या. आता त्यांच्यातील मैत्री फॅमिली लेव्हल वर कायम असणार होती. अरविंद हॅरी ची पार्टनरशिप धोक्यात आलेली नव्हती. आता अरविंद मध्ये सुधारणा होऊन तो दारू पिणार नाही व लवकर घरी परतेल अशी अपेक्षा करून तिघीही अरविंद हॅरीला डीनर साठी बोलवायला गेल्या. खरच गायत्रीच्या अपेक्षा पूर्ण होणार होत्या?

झालेल्या प्रकारानंतर अरविंदचे वागणे सुधारेल हे अपेक्षीत होत. पण तसे झाले नाही. त्याचे पीणे खूप वाढले होते. इतक्यात त्याची भूक सुद्धा मंदावली होती. चेहरा टापुसलेला दिसत होता, डोळे तर कायमचेच तारवटलेले होते. त्याची झोप अपुरी होत असावी ह्यात शंकाच नव्हती.

"अरविंद, एक फिजीशियन या नात्याने मी तुला अलर्ट करतेय की तुझ्या सवयी आता तुझ्या तब्येतीवर असर करायला लागल्या आहेत. तुला न लागणारी भूक, तुझं countenance आता physiological वाटत नाही. You must take care. माझ्या हॉस्पीटलला ये, सर्व तपासण्या करू एकदा. आजारी पडल्यापेक्षा यातून बाहेर पड आता. खूप झालं." गायत्रीला यावर कुठलीही रिॲक्शन न देता तो फक्त लोळत पडला होता. कसल्या विचारात होता कुणास ठाऊक. गायत्री हॉस्पीटलला निघून गेली, सानिका आज घरीच होती.

“डॅडी. आम्ही ग्रेसीसोबत सविस्तर चर्चा केलीय. तिच्या म्हणण्याप्रमाणे ती तुझ्या प्रेमात अजीबात नाही. उलट तूच उगीच गुरफटला आहेस तिच्या जाळ्यात, तिच्यात. हे तुझं एकतर्फी प्रेम तुझच नुकसान करतय.तिच काय बिघडलं? ती मजेत आहे. तू कां नाही? जी गोष्ट आपण एन्जॉयच करू शकत नाही, उलट दारूच्या आहारी जातो.... करायचीच कशाला अशी गोष्ट.? Mamma has noticed you are not well. Go and get yourself checked in details. You are spoiling your health. Please dad, come out of this. Its already too late. We do not want to lose you dad. Please dad, go to mamma's office. You will also feel better”.

अरविंद तिच्याकडे बघत होता. काय खरं, काय खोटं, काय चूक हेच त्याला समजत नव्हतं. “Yeah, I know I am not well” एवढेच तो म्हणाला व तयार होवून घरून निघून गेला.

स्वतःच्या मुलीचं सुद्धा ऐकण्याच्या मनास्थितीत अरविंद नव्हता? सानिकाने विचार केला. तितक्यात तिच्या मम्माचा फोन आला. तिला कळलं अरविंद घरून निघून गेला. पण अद्याप तो त्याच्या फाऊंड्रीत पोहचला नव्हता. हॅरीचा फोन आला होता गायत्रीला. तक्रारीचा सूर होता, कामाच सर्व लोड त्याच्यावरच होतं. अरविंदच लक्षच नव्हत कामाकडे. त्यात काम पण खूप वाढले होते. कॅश कलेक्शन पण खूप वाढले होते. मेजर कलेक्शन बँकेतच जमा व्हायचे पण एरव्ही जमणारी कॅश रोजच्या रोज बँकेत जमा करणे शक्य होत नव्हते. अरविंदवर त्याचा विश्वास राहीलाच नव्हता. तो दारू प्यायचा आणि सतत नशेत फोनवर कुणाशीतरी बोलत रहायचा. गायत्रीला आता काळजी वाटत होती. कुठली मनोविकृती असावी ही? एकतर्फी प्रेमाने तर नसेल झाले असे? गायत्रीने तिच्या चेम्बर मध्ये ग्रेसीला बोलावले. सगळा प्रकार तिने काळजीपूर्वक सांगीतला. ती काय बोलणार होती. झाला प्रकार तिच्यामुळेच झाला होता याची तिला खात्री होती. “ग्रेसी, अशाने आपले

कौटुम्बीक संबंध खराब होतील, त्या दोघांची पार्टनरशीप धोक्यात येईल व कंपनीचे भवितव्य धोक्यात येईल" असा विचार गायत्रीने बोलून दाखविला. आता मात्र ग्रेसी काळजीत दिसली. "माझ्या काय करण्याने परिस्थिती सुधारेल" असा प्रश्न तिने गायत्रीला केला. "हे बघ, अरविंद शेवटी पुरुष आहे, तुझ्या लाघवी स्वभावाने तो चक्क तुझ्या प्रेमातच पडला. Platonic love वगैरे नाही.... हे वासनांध पुरुषाचे लक्षण आहे, त्याच्या भावना चाळवल्या गेल्या आहेत. पण एक बरं तू तुझ्या लिमिट्स क्रॉस करत नाहीस. तो पुढे जाऊ शकत नाही... त्याची चरफड होते, त्याचा असर त्याच्या मानसिकतेवर झालाय. व्यसन लागलय त्याला दारूच, आणि त्याचा तब्येतीवर झालेला अनिष्ट परिणाम. एक बायको असुन मला त्याचा आजार लक्षात आला, तु तर त्याची जवळची मैत्रीण. तु आंधळी झाली की काय त्याच्या प्रेमात. इतकी हुशार आहेस तु क्लिनिकली... त्याच आजारपण दिसलं नाही तुला? कसलं आलं तुझ Platonic love? मरेल एक दिवस तो जर तु कांहीच केलं नाही तर". आता मात्र ग्रेसीच्या डोळ्यांमधून अश्रू वहायला लागले होते. सत्यपरिस्थितीची जाणिव तिला झाली होती. "Is it too late now mam! Please guide me how can I help you in this matter at this point of time. You are my boss."

"हळू हळू त्याच्याकडे जाणे कमी कर. त्याला विश्वासात घेवून सांग की त्यांच relations फक्त friendly आहे आणि त्याने त्याचा दृष्टीकोन बदलावा. त्याची दारु सोडव. कामात लक्ष दे म्हणावं, हॅरीला म्हणावं एक डोळा त्याच्याकडे ठेव म्हणून. Yes its you only who can help, राहीला त्याच्या चेक अप विषय.... तो मी हँडल करेन." एका धर्मसंकटात ग्रेसी सापडली होती. पण गायत्रीचं ऐकण्या पलीकडे पर्याय नव्हता. "This is all due to unrequited love..... he misunderstood totally. Probably he knows it that led to low self esteem and a sort of depression. Its time I must tell him the truth. I will create an emotional distance with him and focus on myself. He should take his own care before he spoils his health. I have to now behave like a counsellor.... a therapist. Gayatri and Sanika are always there to support him." विचारांचे काहूर ग्रेसीच्या मनात वादळ निर्माण करीत होते. तिने अश्रू पुसले व गायत्रीची परवानगी घेवून वार्डात कामाला लागली. तिला चूक समजली होती. अरविंद तिला आता खरोखरच आजारी वाटत होता. माझ्यामुळे सुरुवात झाली सगळ्या प्रॉब्लेम ला.... मलाच त्याचा शेवट करावा लागणार. गायत्रीचा गैरसमज तिला दूर सारायचा होता. सानिकाला पूर्ण विश्वासात घ्यावे लागणार होते. "होय माझ्या मुळेच त्यांच्या संसाराची घडी व्यवस्थित होऊ शकते अशी तीची खात्री झाली. त्यांच्या कामात मी नाही उपयुक्त ठरणार तर कोण ठरणार? "माझा प्राण गेला तरीही मी त्यांचा संसार सुरळीत करेन" अशी प्रतिज्ञा तिने घेतली. "सगळ व्यवस्थित होईल" म्हणुन ती नव्या जोमाने कामाला लागली. सानिका - गायत्रीने कलेला Brain Wash सार्थकी लागला होता.

हया सगळया प्रकाराची हॅरीला कल्पना नव्हतीच. पण ग्रेसीचे अरविंदला रात्री बेरात्री भेटणे पटत नव्हते. बंद पडलेले त्यांचे Sunday get to gether पुन्हा सुरु व्हावे अशा प्रयत्नात हॅरी होता. आणि तसं झालं देखील. पुन्हा भेटी गाठी सुरु झाल्या. मौज मस्ती सुरु झाली. ग्रेसी नकळत अरविंद पासून दूर झाली पण अरविंद अद्याप सेटल झाला नव्हता. सगळ्यातून बाहेर पडायला त्याला वेळच लागणार होता. हल्ली तो फार पेल दिसत होता. वजन देखील कमी झाले होते. कामातील उत्साह पहील्या सारखा राहीला नव्हता, पण बळजबरीने काम करायचा. हॅरी मुळे त्याला विशेष मदत होती पण काहीतरी सकारात्मक बदल नक्कीच घडून आला होता. या रविवारी get to gether मध्ये दारु नव्हती. असं पाहील्यांदाच घडत होते. हॅरी, अरविंद थोडे नाराज दिसले. पण पार्टी मजेत झाली. "दारू शिवायही पार्टी मजेत होवू शकते तर घरी तरी कशाला रोज दारु प्यायची?" असा विचार ग्रेसीने बोलून दाखविला. पिंगट चेहऱ्याच्या अरविंदला असं करणं जडच जाणार होतं. पण ग्रेसीच्या या विचारांना सानिका व

गायत्रीने त्वरीत दुजोरा दिला. संकल्पानंतर कृतीला ताबडतोब सुरुवात झाल्याने तिघीही आनंदी होत्या. भूक नसल्याने अरविंद काहीच खात नव्हता. त्याची Voracious appetite सर्वांना ठावूक होती. "Look Arvind; you come tomorrow to Gayatrimam's clinic. We will do basic tests. We will treat whatever is deficient. Agree?" अरविंदने मानेनेच हो म्हटले. त्याच्या शरीरात झालेल्या बदलाची जाणिव त्याला झाली होती. दारूच सर्व गोष्टींना कारणीभूत आहे याची त्याला जाणिव झाली होती. अशक्त झालेल्या अरविंदने तिघींनाही तो तपासण्या करणार असे खात्रीपूर्वक सांगीतले. अर्धा इलाज तर फक्त दारु सोडल्याने होणार होता.

तपासण्यांनंतर सगळे रिपोर्ट्स आले. Hb खूप कमी झाले होते. लिव्हर व किडनीवर अति मध्यपानामुळे बरीच खराबी लक्षात आली होती. औषध गोळ्याने Hb वाढेल. लिव्हर देखील दारु सोडली तर रिकव्हर होईल, पण किडनीचे काहीच सांगता येत नाही. दारु सोडूनही विशेष फरक पडणार नव्हता आणि ही जास्त काळजीची बाब होती.

"I will follow your advice Gayatri, I know its a bit late. I totally misunderstood Gracy. I thought she loves me. But she was just close to me... very familiar. You know excess familiarity breeds contempt... तसलं काहीतरी वाटायला लागलय मला. Help me come out of this Gayatri. I don't want to die" डोळ्यांमध्ये अश्रू आणत अरविंद म्हणाला. त्याची तब्येत म्हणजे गायत्रीसमोर एक आव्हानच होतं. त्याच्या sinking health ची कल्पना ग्रेसीला का नसेल आली? क्षणभर तिला रागच आला ग्रेसीचा. पण आता तिच्याच मदतीने परिस्थिती सुधारणार होती याची जाणिवही तिला होती. झालेल्या प्रकाराने ग्रेसीला फार अपराध्या सारखं वाटत होतं. तिच्या जबाबदारीची जाणिव तिला झाली होती. माझे प्राण गेलेत तरी चालेल पण अरविंदला कांही होता कामा नये असं तिने गायत्री जवळ बोलून दाखविलं. "ग्रेसी, असे नको बोलूस.

अरविंदला ठीक करणे आपल्या दोघींचीही जबाबदारी आहे यात शंकाच नाही, पण म्हणून काही जीवावर उदार होवू नये. अजुन हॅरीचं लग्न, त्याचा संसार, तुझं लग्न सगळे आनंदाचे क्षण आपल्याला अनुभवायचे आहेत. सांभाळ स्वतःला." गायत्रीने बोलून दाखविले.

तिकडे अकोल्यात चंदाने आणलेला नाश्ता अण्णां सह ती सुद्धा घेत होती. इकडच्या तिकडच्या गप्पा सुरु असतांनाच साठवणेचा फोन आला. "Good morning साठवणे. कशी आठवण आली" अण्णा.

"आपल्या बरोबरचा नरवाडे आठवतो तुला? त्याच्या धाकट्या मुलीच लग्न आहे इथेच मुंबईला. माझ्याच हॉटेलमध्ये जानोसा आहे. तुझी रुम बुक केलीय. येत्या रविवारी लग्न आहे. तुला यायचे आहे. नरवाड्याचे आग्रहाचे आमंत्रण आहे. फोन येईलच त्याचा. व्हॉट्सअप वर पत्रिका देखील पाठवतो म्हणाल. बाकी तु कसा आहेस.... सानिका गेल्यापासून? "मी येणारच अशी खात्री देऊन अण्णांनी फोन ठेवला.

"वाघमारे कडून तिकीटे काढून घ्या अण्णा. अजुन बराच वेळ आहे. तुमचा सुट, ब्लेझर रेडी आहे ना?" चंदा म्हणाली.

"साधा झब्बा पायजामा घालेन मी, सुटा बुटात वावरायचे वय आहे का माझे?"

"रमाताई असत्या तर? मग तर सुटाबुटातच वावरली असती स्वारी."

"असत्या तर म्हणजे? माझ्या साठी तर ती गेलीच नाही. इथच आहे."

"आहेत ना इथच? मग न्या की सुट बुट. त्यांना आवडायचं नटायला"

"आस्स म्हणतेस, ठीक आहे. मग मी घेणारच सुट बुट."

"चांगले नाचा वरातीत. अजुन म्हातारे नाही झालात तुम्ही."

"नरवाड्या, तुझ्या पोरीच्या लग्नात नाचायला येतो रे मी" म्हणुन अण्णा व चंदा जोरात हसले.

थोड्याच वेळाने नरवाडेचा फोन आला. अकोल्यात शाळे पर्यंत अण्णा सोबतच शिकला होता नरवाडे. तो देखील retired captain होता. "माध्या, नरवाडे बोलतोय."

"बोल रे नरवाड्या"

"साठवणेचा फोन आलाच असेल. नक्की यायच हं तुला लग्नाला. आणि हो, तुला तो जाड्या धनपत शहा आठवतो का? त्याचा अहमदाबादेत धन्नासेठ झालाय. दीडशे किलो वजन आहे. मुष्कीलीनच उभा राहतो; थोडाफार चालतो देखील"

"त्याच काय..."

"तो देखील येतोय लग्नाला. मजा येईल आपण सर्व भेटलो की!"

"सोय करून ठेव सगळ्यांची. त्या शिवाय मजा येणार नाही" पिण्याची ॲक्शन करीत अण्णा म्हणाले.

"त्याची तु काळजी करू नकोस. साठवण्याने तुझी रूम सुद्धा बुक केलीय... तुझ्या आवडीची. चल मग ठेवतो फोन. बरीच कामे आहेत, बाय"

नरवाडेनी फोन ठेवला.

"भलतेच मस्त मित्र आहेत अण्णा तुमचे" चंदा म्हणाली.

"अगदी जीवाला जीव देणारे."

"मित्र असावेत तर असे. नाही? भाग्यवान आहात अण्णा तुम्ही. सानिका पोहचली सुखरूप?"

"अगदी सुखरूप. आता अभ्यासाला लागली असेल नाताळाच्या सुटीत. खूप आठवण येते पोरीची."

"किती गोड लेकरू आहे. एकही दिवस त्रास दिला नाही. आनंद पण खूप तारीफ करीत होता तिची. किती हुशार पोरगी आहे म्हणत होता."

"अगदी आईवर गेलीय सानिका. गायत्री सारखीच हुशार डॉक्टर होईल एक दिवस. माझे खूप आशिर्वाद आहेत तिला."

"सगळं तिच्या मनासारखं होवो देवा." असं म्हणून चंदाने वर बघुन दोन्ही हात जोडले." आज जेवण करायला या आमच्याकडेच. हे येणार आहेत लवकर. त्यांनीच कळविले तुम्हाला बोलवायचे."

"काय बेत आहे?"

"कांही नाही, असचं हयांना एक मोठा कॉन्ट्रॅक्ट मिळाला. त्याची खुशी. दुसरं काय. दामोदरपण येणार शाळेतून वेळ काढून, प्रमिला सोबत."

"नक्की येईन, अशीच बरकत होवो सुधाकरची."

जेवायला जातांना अण्णा वाघमारेंच्या बुथवर गेले.

"राम कृष्ण हरि अण्णा, सांगा काय काम आहे?"

"शुक्रवारच मुंबईला जायच तिकीट काढ, ए.सी. सेकंडच. कन्फर्म लोअर बर्थ मिळाला तर फार छान. सोमवारचं परतायचं काढ. पण कन्फर्म तिकीट हवं."

"या तुम्ही थोड्या वेळाने. काढून ठेवतो तिकीटं. नाहीतर घरी आणून देईल मी. काळजी नको."

दामोदर, प्रमिलाशी सुधाकर बोलत होता. त्याने अण्णांचे स्वागत केले. चंदाने लगबगीने ताटे मांडली व सर्वांना जेवायला बोलावले. जेवणानंतर दामोदर प्रमिला शाळेत जायला लवकर निघून गेले. अण्णा सुधाकर गप्पागोष्टींमध्ये चांगलेच रंगले होते. त्याच अभिनंदन करून चंदाला हात दाखवून अण्णा घरी निघून गेले. वाघमारेनी त्यांच्या मनासारखे तिकीट काढले होते म्हणून त्यांना आनंद झाला.

नरवाडेच्या मुलीच लग्न धूमधडाक्यात पार पडलं. साठवणेनी व्यवस्था फारच छान केली होती. खूप दिवसांनंतर चार मित्र एकमेकांना भेटले होते. जेवणावळी आटोपल्यावर अण्णा, धनपत व नरवाडे

साठवणेने अरेंज केलेल्या खास डिलक्स रुम मध्ये दाखल झाले. धनपत उर्फ धन्नासेठ एक शरीराने अजस्त्र व्यक्ती होवून बसला होता-शाळेत असतांना अगदी काटकुळा धनपत आता खरोखर धन्नासेठ शोभत होता. एक एक पेग चौघेही हळू हळू रिचवीत होते.

"माधवा, आता तब्येत साथ देत नाही. कटोरीने गोळ्या खातोय. डायबिटीस खाणं कंट्रोल मध्ये नसल्याने शरीर पोखरत आहे. दोन्ही किडन्यांवर असर झाला आहे. एवढा पैसा कमावला पण सेहत बोंबलली. पण आज तुमच्या सोबत बसलो, माझी जवानी परत आल्यासारखे वाटले. खूप आनंदात आहे मी आज." धन्नासेठ म्हणाला.

"धन्नासेठ चिकटपणा सोडून दे. हात मोकळा कर ईलाजासाठी. पथ्य पाणी सांभाळ बघ कशी ताळ्यावर येते तब्येत. मेडीकल सायंस खूप पुढे गेलय. पैसा लागतो पण ईलाज होतो. चांगल्या डॉक्टरांच्या निगराणीखाली रहा. काळजी घे पण काळजी करु नको. आमचही चुकलंच म्हणा. इतक्या वर्षामध्ये कधी तुझ्याकडे अहमदाबादेस येणे झाले नाही." अण्णा.

"अरे मौकाच आला नाही तर कशाला येता तुम्ही माझ्याकडे? सगळं कस मस्त चालले होते रे. खूप दान धर्म केलं, धर्मशाळा बांधल्या, गुरा ढोरांसाठी धर्माळे बांधली. गरजु रुग्णांना पाहीजे तितका पैसा दान केलां. आता सगळं कसं अर्धवट राहील्यासारखे वाटते बघ. जमीन कारे सारं पहील्यासारखं?"

"तु बिनफीकर रहा. आम्ही सगळे आहोत तुझ्या पाठीशी. तुझा पूर्ण आजार reversible आहे सध्याच्या स्टेज मध्ये. कडक पथ्य पाणी, उपचार केला तर लवकरच सुधार पडेल बघ. तु तेवढी काळजी करणे बंद कर रे बाबा. आजारापेक्षा काळजी खतरनाक. राहू आपण संपर्कात वरचेवर."

सगळ्यांनी अण्णांच्या म्हणण्यावर दुजोरा दिला, व आम्ही आता येत जाऊ अहमदाबादेस तुला भेटायला असं आश्वासन दिलं, चहा

पाण्याच्या कार्यक्रमानंतर सर्व पांगले. धन्नासेठ संध्याकाळच्या फ्लाईट ने अहमदाबादेस परतणार होता. नरवाडेचं लग्नाचं वऱ्हाड आज राहणार होतं व उद्या त्याच्या गावी रवाना होणार होतं. अण्णा अकोल्यास निघणार होते. साठवणेचा निरोप घेवून ते स्टेशनकडे रवाना झाले. "मी तुला सारखा फोन करेल रे माध्या. तु बोल्लास की खूप हायसे वाटते रे मला. जीव भांड्यात पडतो माझा. तुला बोअर तर नाही ना होणार? तूच माझी तब्येत ठीक करुन दे. तु म्हणशील ते मी तुझ्यासाठी करायला तयार आहे. अगदी शाळेत असतांनापासूनच तु माझ्या कामात मदत करत होता, सगळं आठवत रे... आज रमावहीनी असती तर फार आनंद झाला असता. माध्या.... देवाच्यानं पण गलती होते पहा. नको त्यांना उचलतो."

"धन्ना चांगलं पण तोच करतो, तोच बिघडवतो सगळं. आपण फक्त श्रध्दा ठेवावी. त्याची भक्ती केली की न होणारी काम पण सुलभ होतात."

"तु तर अगदी फिलासॉफर सारखा बोलतोस बघ. आवडलं आपल्याला धीर येतो तुझ बोलणं ऐकून. डॉक्टर व्हायला पाहिजे होता तु."

"अरे मुलगी झाली ना माझी डॉक्टर, मोठ नाव कमावलय तिने अमेरिकेत. तिच्या नवऱ्याचा बिझीनेस आहे. नात झालीय आता मोठी. तीपण डॉक्टरच होणार आहे. आत्ताच परतली चांगली १५ दिवस होती माझ्याकडे."

"चांगली गोष्ट आहे माध्या, माझ आजारपण तुझ्या लेकीच्या कानावर टाक बघूया काय सल्ला देते. तु आता माझा मॉरल सपोर्ट आहेस. मला गाईड कर आजाराबद्दल. अहमदाबादेस धंदा करू करू फार बनिया झाला बघ माझा. आता डोळे उघडले आजारपण आले तर. भेटू मग."

धनपत किती धीट आणि दांडगट होता शाळेत असतांना, अण्णांना आठवलं आता पार शेळी झाली होती त्याची.

सकाळी अकोल्याला अण्णा पोहचले तेव्हा भगत रिक्षा घेवून तयारच होता. स्टेशना बाहेरच्या दुकानातून ब्रेड, खारी, दूध वगैरे घेवून ते घरी पोहचले. थोड्याच वेळात चंदा टफीला घेवून आली व घरात बांधले. आनंदाने टफी अण्णांच्या अंगावर ओरडू लागला. त्याला दूध बिस्कीटे देऊन अण्णांनी शांत केले. आत चंदा चहा नाश्ता करीत होती.

“अण्णा, आज हे देखील येतो म्हणाले चहा नाश्त्यासाठी,”

“येऊ दे ना. मला कंपनी होईल. आनंद काय म्हणतो?”

“पहीले सांगा लग्न कसं झालं तुमच्या मित्राच्या मुलीचं?”

“अगदी मस्त. पैसेवाली पार्टी आहे नरवाडे म्हणजे. मुख्य म्हणजे खूप वर्षांनी माझी धनपत शी भेट झाली. अगदी मजेत गेलेत बघ दोन दिवस,”

“तुम्ही गेलात आणि दुसऱ्या दिवशी सकाळी फिरता फिरता डॉ. देशपांडे येवून गेले. बोलायचं होतं म्हणाले. आनंदची पण चौकशी केली. त्याचा नंबरपण घेतला माझ्याकडून. कशा साठी आले होते कुणास ठावूक.”

“आजच करतो मी फोन त्यांना. माझा नंबर बहुतेक त्यांनी सेव्ह केला नसावा.” थोड्याच वेळात सुधाकर आला. चहा नाश्ता करता करता नुकत्याच मिळालेल्या मोठ्या कॉन्ट्रॅक्ट बद्दल अण्णांचा सल्ला घेत होता. एक मोठी टाऊनशीप उभारायची होती. त्यात एक मंदीर कोणत्या जागी असावं, चिल्ड्रेन पार्क, जॉगींग ट्रॅक, इमर्जन्सी स्ट्रेचर, व्हील चेअर, ॲम्बुलंस ची जागा कुठे असावी असा बहुमोलाचा सल्ला नकाशा बघत दिला. “मला तर हयांची कल्पनाच नव्हती. किती आवश्यक गोष्टी सांगीतल्या अण्णा तुम्ही. म्हणुन तर सल्ला घ्यायला आलो मी.” सुधाकर म्हणाला. “एक फोर बीएच के ठेवतो तुमच्या नावाने, अधुन मधुन जात जा तिथे. Home away from home म्हणून.” अण्णांना आता आणखी एका घराची अजीबात गरज नव्हती, मोठ्या मुष्कीलीने त्यांनी हो म्हटलं. “तुम्हाला एक रुपया देखील द्यायचा नाही अण्णा. It's my pleasure समजा.” सुधाकरच्या बोलण्याने अण्णा

आश्चर्यचकीतच झाले. इकडच्या तिकडच्या गप्पा करून चंदा सुधाकर निघुन गेले. तेवढ्यात गायत्रीचा फोन आला.

“Good morning अण्णा. आत्ताच आले मी हॉस्पीटलहून.”

“सानिकाचा अभ्यास कसा चाललाय, जोरात? अरविंद काय म्हणतो? त्याचा फोन आज येईल उद्या येईल म्हणून नुसती वाट बघतोय. ठीक आहे ना तो?”

“सांगते अण्णा सगळे. Lot many things happened here. अरविंदची तब्येत ठीक नाही. ग्रेसी प्रकरणावर तात्पुरता पडदा पडलाय. दारु पिण्याचं प्रमाण खूप कमी झालय. पण खूपच अशक्त झालाय. हॅरीने त्याला २-३ महीने Paid leave दिली आहे. माझ्या इतर specialist friends ना पण Consult केलय. एकंदरीत वेळच लागणार सगळं ठीक व्हायला.”

“दरम्यान तु कशी आहेस बेटा! सानिकाच्या शिक्षणात व्यत्यय नको येऊ देऊ. मी येवू का तिथे? त्याने काही फरक पडत असेल तर नक्कीच येतो!”

“सध्या गरज नाही अण्णा. I will manage. तुमच्या कानावर सगळं टाकावं म्हणून फोन केला.”

“Exactly झालं काय त्याला? आणि जे झालं ते सर्व अति दारू मुळे?”

“अति दारु, धड जेवण नाही, झोप नाही, नुसते विचार आणि विचार करून संपूर्ण शरीरावर परिणाम झालाय त्याच्या. Anemia, लिव्हर खराबी आणि आता किडनींवर लोड, लवकर बाहेर येत नाही अण्णा असे पेशंट आजारातून.”

“त्याची देखभाल कोण करतय मग. Nursing staff ठेवलाय?”

“ग्रेसीच सगळं मॅनेज करतेय. त्या दोघांनाही त्यांच्या चुका कळल्याय, उशीराने का होईना. हॅरीच्या चकरा असतात सारख्या, कशाची म्हणून कमी पडू देत नाही मी त्याला. काळजी नसावी.”

"पुन्हा ग्रेसीच? पूर्ण विचार केलाय ना तिला ठेवतांना?"

"आता पहीलेचा issue राहीला नाही. ग्रेसीसारखी हुशार नर्स व मैत्रीण मिळायला नशीबच लागतं अण्णा. अगदी पूर्ण विचार केलाय मी."

"बघ बुवा तू. तु योग्यच करशील सगळं. सानिकाला विचारात घेतलं का? तिचं काय म्हणणं आहे?"

"तिच्याच मुळे सगळं ठीक झालंय अण्णा. चांगली खरडपट्टी काढली तिने तिची. अगदी लाईनवर आणलं. सगळे गैरसमज आता दूर झालेत. अजीबात काळजी करू नका तुमचा आशिर्वाद असु द्या अरविंद करिता. होईल ठीक तो लवकर. तुमचं कसं चाललय अण्णा?"

"अग हा काय मी आताच आलो मुंबईहून. लग्न होत मित्राच्या मुलीचं. बरेच मित्र भेटले, गप्पागोष्टी झाल्या."

"अरे वा, छान चेंज झाला म्हणाव तुम्हाला, खाण्या पिण्याची आबाळ नका होऊ देवू. पोटभर जेवता की नाही? स्वयंपाक कोण करतं?"

"मी करतो, कधी चंदा करते, कधी एकमेकांकडे जेवतो आम्ही, छान मित्र आहेत अवती भवती. सगळे माझी उत्तम काळजी घेतात. येत्या मे मध्ये सगळ ठीक असेल तर तिकडे यायचा विचार आहे आम्हा सर्वांचा."

"सध्या होल्ड वर ठेवा तुमचा Plan. इकडे सगळं ताली सुती लागल की मीच बोलावते तुम्हाला. तूर्तास फक्त Project Arvind."

"बरं बेटा. थांबतो तोवर. काळजी करु नकोस. सगळ ठीक होईल. ठेवू मग? सानिकाला सांग कधीतरी सहज फोन करायला. बाय,"

फोन ठेवून अण्णा टफीला घेवून ग्राऊंड मध्ये फेरफटका मारायला गेले. मारुती मंदीराच्या पारावर बसून ते खूप विचारात पडले. Of all the fellows Gracy? जी आपल्या मार्गातला धोंडा होती तीच

अरविंदची नर्स म्हणून देखभाल करतेय, ही दुर्बुध्दी नव्हे तर काय? आणि त्याची तब्येतच जर खराब आहे तर ॲडमिट का नाही करत त्याला? अशा अनेक प्रश्नाची उत्तरे अण्णांजवळ नव्हती. आपण सदैव सुखाचीच अपेक्षा करत असतो. त्यामुळे कांही विपरीत घडलं की आपण तयारच नसतो ती परिस्थिती हाताळायला. मग चुकीचे निर्णय सहज घेतले जाऊ शकतात. तस तर नसेल ना झालं ग्रेसीला घरी ठेवून? अमेरिकेतील वास्तव्यात एकदाच ग्रेसी शी भेट झाली होती. त्यावरुन सांगता येणं शक्य नव्हतं ती कशी मुलगी आहे ते. "मी तर चुकीचा विचार करत नसेल ना?" अण्णांच्या मनात विचार आला. पण कशाही परिस्थितीत अरविंदचे बरे होणे फार महत्वाचे होते. कुणामुळेही आराम आला तरी चालेल..... मग ती ग्रेसी असो असो किंवा कुणी दुसरे. परत राजराजेश्वराला गाऱ्हाणे सांगावे लागणार का? कांहीही करायला मी तयार आहे असा विचार करून अण्णा घरी परतले.

घरी एका स्टुलवर चढुन रमाचा फोटो स्वच्छ पुसतांना अण्णांना चंदाला बघीतले. "काही खासदिवस आहे आज चंदा?"

"साठी बुध्दी नाठी" म्हणतात ना अण्णा. विसरताय तुम्ही आजकाल. आज बरसी आहे रमाताईंची, तुमच्या साठी तर त्या गेल्याच नाहीत. म्हणून तर पडला असेल विसर!"

रमाच्या फोटोकडे अण्णा बघतच राहीले. अरविंदच्या भानगडीत त्यांना चक्क विसर पडला रमाच्या तिथीचा.

"चुकलं माझं. बरं आज काय करणार आहेस तू चंदा?"

"सांगा ना अण्णा तुम्हीच. रमाताईंची एखादी फेव्हरीट डिश?"

"तसं जिला सगळं आवडायचं, पण असं कर तू पाकातले चिरोटे कर. तिला खूप आवडायचे, बाकीचा स्वयंपाक मी करून घेईन."

"एका माणसासाठी काय जड आहे स्वयंपाक करणं? मी करते सगळं. तुम्ही शांत बसा." रमाच्या फोटोला अण्णांनी चंदनाचा हार

घातला, मनोभावे नमस्कार केला. सोफ्यावर बसल्यावर त्यांना डॉक्टर देशपांडे येऊन गेल्याचे आठवले. त्यांनी फोन लावला.

"Good morning Captain. कसे आहात?" डॉ. देशपांडे

"माझा फोन save केल्याबद्दल धन्यवाद. कसं काय येणं झालं?"

"तुम्ही दिलेलं booklet वाचलं मी. फार कामाचे आहे. मला एक Project करायचे आहे त्या पुस्तकातील महत्वाच्या मुद्यांवर. आनंदची मदत होईल मला. तसा त्याचा नंबर घेतलाय मी, पण आता अकोल्यात कधी येणार आहे?" अण्णांनी फोन बाजुला करून चंदाला विचारले. "मार्च मध्ये त्याचं project पूर्ण होईल. त्यानंतर डिग्री मिळवली की येईल तो इथे, काही अर्जंट काम असेल तर फोन वर बोलून घ्या" कुठल्याही चांगल्या विषयावर research करणं ही डॉक्टर देशपांडेची सवय अण्णां चांगली ओळखून होती. आनंदची मदत त्यांना होणार होती. तसा निरोप चंदाला दिल्यावर चंदा घरी निघून गेली. पाकातल्या चिरोट्यांचा सुवास घरभर दरवळत होता.

संध्याकाळी सानिकाचा फोन आला. अण्णा वाटच बघत होते तिच्या फोनची. अरविंद स्टेबल होता. ग्रेसी उत्कृष्ट काळजी घेत होती. गायत्रीचे रुटीन सुरु होते. हॅरी यायचा वरचेवर. अरविंदचे Periodic checkup सुरूच होते. त्याची छान फाईल बनविली होती ग्रेसीने. दामोदर व्हॅली या नावाचा अर्थ सानिकाला पांग पुस्तकातुन सापडला होता. नचिकेत बद्दल गायत्रीने तिला बरीच माहिती दिली होती. एका धीर गंभीर व्यक्तिमत्वाचे दर्शन तिला झाले होते. डॉ. देशपांडे बद्दलचा तिचा आदर खुप वाढला होता. मे महिन्यात त्यांची भेट होणार होती. आनंदच्या संपर्कात सानिका होतीच. ग्रेसीने रात्रीचा हॉस्पीटलचा जॉब स्विकारला होता. दिवसभर ती अरविंदची सेवा करायची. कामाचा ताण तिच्या चेहेऱ्यावर दिसत होता. दिवसरात्र अविरत सेवेमुळे अरविंदची तब्येत ठीक होण्यास हरकतच नव्हती.

एक वर्षानंतर...

मधल्या काळात अरविंदच्या भल्यासाठी अण्णा काशीला व केदारनाथाला दर्शनासाठी जाऊन आले. अर्थात त्यांचे बरोबर त्यांचे मित्र होतेच. आनंद त्याची मास्टर्स डिग्री पास झाला होता. ऑस्ट्रेलीयाला जायला त्याला किमान एक वर्ष होतं. तोपर्यंत मुंबईत अनुभव घेण्याकरीता तो हिंदुजा medical foundation मध्ये काम करत होता. अण्णांच्या मध्यस्तीने तो डॉ. देशपांडेंच्या एका Camp project वर देखभाल करत होता. सानिकाचा अभ्यासक्रम तिला मेडीकल शिक्षणाकडे नेत होता. अरविंदच्या Liver functions मध्ये दारू सोडल्यापासून खूप सुधार दिसत होता पण kidneys निकामी होताना दिसत होत्या. त्याच्याच काळजीत गायत्री असायची. त्याची दोन महिने पगारी रजा कधीच संपली होती. आठवड्यातून ३-४ दिवस तो Foundry मध्ये हजेरी लावत होता. हॅरी खूपच समजुतदार असल्याने अरविंद निश्चींत होता. ग्रेसी, हॅरी, गायत्री व इतर स्पेशालिस्ट डॉक्टर्स नियमितपणे अरविंदच्या आजारावर चर्चा करत असत. भविष्यात Kidney Transplant ची वेळ येवू शकते असा निष्कर्ष निघाला होता. सानिकाच्या अभ्यासात व्यत्यय येऊ नये म्हणून सर्वच प्रयत्नशील होते. अरविंदचा व ग्रेसीचा blood group एकच होता. O Positive. गरज पडलीच तर मी donate करेन kidney अरविंदसाठी असं तिनं सर्वासमोर कबूल केले होते. Tissue matching व इतर formalities एकदम favorable होते. “Any time I am ready,” असं तिनं सांगितलं होते. Kidney Transplant साठी ३-४ करोड रुपयांचा खर्च गायत्रीला सारखा भेडसावत होता. अद्याप अण्णांच्या कानावर कांहीही टाकले नव्हते. अरविंदला खर्चाची जाणिव होतीच. म्हणूनच त्याने काम सुरु केले होते.

“मम्मा, एक कल्पना सुचलीय मला.” सानिका म्हणाली, “आपण डॅडीचे ऑपरेशन भारतात केले तर? ग्रेसी तिथे देईल तिची किडनी. त्यात One tenth खर्चात सगळं पार पडेल. अर्थात ह्यात International level वरील अडचणींचा पण विचार करावा लागेल. तुला पटतंय का?” सानिका म्हणाली. “That makes a point सानिका!

आम्हा कुणालाही सुचलं नाही हे. पण त्यासाठी तब्येत चांगली असणे ही पहिली गरज आहे. शिवाय आपल्याला दोन्ही देशांतील legal issues पण बघावे लागतील. आणि इतका सोपा व अत्यंत स्वस्त option available असता तर कित्येकांनी भारतातच केले असते operation. इथे सगळा गेम चालतो तुमच्या medical Insurance वर. आपण सर्व गोष्टींवर systematic विचार करूया. बघूया शेवटी काय आहे आपल्या नशिबात!" सानिकाचे हात हातात घेऊन थोडा वेळ गायत्री तशीच बसली होती. "Seems a long way to go" असं म्हणत तिने उसासा सोडला.

सानिकाने या गोष्टीवर सविस्तर अभ्यास केला. Medical Tourism च्या नावाखाली kidney transplant साठी येणारे फॉरेनर पेशंटस् ची संख्या खूप होती. त्यांना अर्थात सर्वात मोठे आकर्षण Cost effectiveness होता. पण त्यासाठी कडक नियमांचा अडथळा होता. THOTA म्हणजेच Transplantation of Human Organs and Tissue Act 1994 चे नियम अत्यंत कठोर आहेत. त्यातील प्रमुख अटींपैकी पहिली म्हणजे रुग्ण हा medically shift करण्यासाठी fit असावा. दुसरी म्हणजे Authorization Committee कडून approval. परदेशी नागरिकाला किडनी दान करणारा दाता (Donor) हा शक्यतोवर त्याचा जवळचा नातेवाईक असणे बंधनकारक होतं. आणि तसं नसेलच तर म्हणजे दाता परदेशातील असेल तर दान हे केवळ प्रेम व परोपकरातून केले जात आहे आणि त्यात कोणताही आर्थिक व्यवहार नाही हे सिद्ध करताना कमिटीच्या कठोर नियमावलि मधून जावे लागणार होते. कारण भारतात अवयव विक्रीवर पूर्ण पणे बंदी आहे. अरविंद तूर्तास medically fit for shifting होता, ग्रेसी तिथे स्वतःची किडनी दान करतांना कुठलाही आर्थिक व्यवहार करणार नव्हती. It seems easily possible... सानिकाने विचार केल. ज्यातील मुद्यांचे Printouts तिने file मध्ये ठेवले होते. मम्मा डॅडीच्या कानावर ही चांगली बातमी तिला घालायची होती.

आनंद आज सकाळीच अकोल्याला आला होता. सुधाकर व चंदा आनंदात होते. डॉ.केसरकरांनी नवीन Automated Blood Typing ची सुविधा प्रथमच अकोल्यात आणली होती. उद्‌घाटनाला डॉ. देशपांडेंना आमंत्रण होते. त्यांच्या मनात विविध प्रश्न होते. त्यांची उत्तरे त्यांना आनंद कडून नक्की मिळणार होती. त्यासाठीच आनंद आला होता. डॉ. केसरकरांच्या Blood Bank उद्‌घाटनाचे वेळी डॉ. देशपांडे सोबत अण्णा व आनंद दोघेही होते. श्याम केसरकर म्हणजे अण्णांच्या मित्राचा मुलगा. गोपाळ केसरकरला बघून अण्णांना आनंद झाला. श्यामने आनंदचा Contact No. घेतला. आनंदने त्याला मदतीचे आश्वासन दिले. सोबत आणलेले बुकलेट आनंदने श्यामला दिले.

"काय करतोय गोपाळ आज रात्री?" अण्णांनी विचारले.

"काही नाही. घरी जाणे, जेवणे व झोपणे." गोपाळ केसरकर.

"इकडचा कार्यक्रम आटोपेलच ७.३० वाजे पर्यंत. ये तू फ्रेश होऊन श्यामला घेवून माझ्या कडे. जरा बसु आपण. डॉ. देशपांडे साहेब व आनंद राहतील आपल्या सोबत. त्या निमित्ताने गप्पागोष्टी होतील." अण्णा म्हणाले. श्यामला विचारून गोपाळराव तडक अण्णांना हो म्हणण्या साठी आले. अण्णांना छान वाटले. "मी क्लिनिक आटोपताच येतो" डॉ. देशपांडे म्हणाले. "अरे डॉक्टर हिवाळा आहे... तसेही पेशंटस् कमीच असतात. या लवकर." अण्णा.

आनंद सोबत अण्णा घरी गेले. इकडे तिकडे फोन करून "साहीत्य" जमविले. आता "बसायचेच" म्हटले की सगळ्याच सोयी कराव्या लागतात. हे सगळं बघून आनंदला मजा वाटत होती. त्याने टफीला पटांगणात फेरफटका मारण्यास नेले. तेवढेच काम अण्णांनी त्याला सांगितले होते. थोड्याच वेळात मंडळी जमली. नकळत वेळेचे पालन सर्वांनी केलं होतं. पार्टी सुरू झाली. बळे बळेच अण्णांनी एक पेग आनंदला दिला, दुसरा श्यामला. अण्णा, गोपाळ आणि डॉक्टर त्यातल्या त्यात मुरलेले.

"आनंद," डॉ. देशपांडे बोलले, "तू दिलेलं बुकलेट खूपच मोलाचं आहे रे बाबा. अनायासे आज डॉ. श्याम पण आहे सोबत. थोडी चर्चा करायची होती. श्याम, तुझी हरकत तर नाही ना?"

"काय सर अहो माझ्याच विषयावर मला बोलणे आवडेलच. बोला."

"या automated blood typing मुळे सर्व Blood group चे निदान होईल? जसे ABO diagnosis साठी reverse typing आवश्यक आहे. या बद्दल सांग."

"Yes, off course reverse grouping is a mandatory and standard procedure in virtually all blood banks. It is considered as the fundamental safety check and is just as important as the forward grouping."

"एखाद्या मोठ्या कॅम्प मध्ये सुध्दा हे करावे लागते?"

"Yes, reverse grouping is always required and routinely done. After blood collection we send it to Base Lab. इथे सगळ्या Tests होतात, Rh typing सुद्धा होतं. जर Transfusion साठी blood वापरायचे असेल तर Screening for HIV, HBV, HBC, Syphilis इत्यादी साठी testing तर करावेच लागेल."

"Bombay group बद्दल काय सांगशील?"

"In the context of Bombay Blood group the reverse grouping is very essential. If a person with Bombay phenotype donates blood, the base lab will notice it by doing reverse grouping that would flag the discrepency, preventing the unit from being labelled as "O" group and ensuring the donor's rare blood type is identified for future needs."

"आणखी काही सांगता येईल?"

“नक्कीच. The primary Value of reverse grouping is to detect ABO discrepancies.... situations where the forward and reverse results do not match the expected pattern. This is crucial for catching rare or unusual blood types. As we discussed Bombay individual appears a group ‘O’ in the forward grouping, but the reverse grouping will show a strong, unexpected reaction with group ‘O’ group test cells, that immediately alerts the technician about the discrepancy that needs further testing with Anti-H-Lectin.”

“You said it Shyam.” आनंद म्हणाला, “That is one of the things where I work. Do you have Anti-H-Lectin with You?”

“Not at the moment.”

“That is the key factor in diagnosing and confirming the Bombay Group.” आनंद म्हणाला, “आणि म्हणूनच आज मी इथे आलो आहे. आनंद, तुझं बुकलेट वाचल्यापासनं तर मला वाटतं कित्येक केसेस चुकीने ORh +ve लेबल केल्या गेल्या असतील कारण मला नाही वाटत प्रत्येक ठिकाणी Anti-H-Lectin test Seriously केल्या जात असेल.” डॉ. देशपांडे म्हणाले. अण्णा थोडे कंटाळल्या सारखे वाटत असल्याने डॉक्टरांनी त्यांचा पेग भरला “Captain, तुम्हाला आनंद अगदी सोप्या भाषेत सांगेल की कुठल्या क्रमवारीने Blood Group Testing होतं. सांग रे बाबा आनंद” गोपाळरावांचा, आनंदचा व श्यामचा पेग भरत डॉक्टर म्हणाले.

“Yes., आपण प्रामुख्याने Bombay blood group बद्दल चर्चा करुया. अण्णा तुम्ही कधी रक्तदान केले?”

“कधी वेळच आली नाही.”

“की तुम्हाला रक्त घ्यायची वेळ आली?”

"अरे बाबा कसरत करणारं शरीर आहे माझं. कशाला आली रक्ताची गरज" सगळे हसायला लागले.

"बरं तुमचा blood group काय आहे?"

"ORh +ve सांगीतलं होतं मला जेव्हा Short service commission साठी निवड झाली माझी. बस, त्यानंतर कधी कामच पडलं नाही."

"त्याला खूप वर्षे झालीत अण्णा, त्यावेळी तुमच्या group चे reverse typing केले की नाही याची कल्पना नाही."

"अरे आमच्या वेळेस असल्या काही टेस्टस् बिस्टस् नव्हत्या. बस आपलं जायचं, दोन मिनिटात सांगायचे ग्रुप कुठला आहे ते."

"अहो अण्णा, १९५२ साली मुंबईतील डॉ. भेंड्यांनी सर्व प्रथम बॉम्बे ग्रुप शोधून काढला. तेव्हापासून प्रथमदर्शी ORh+ve वाटण्याऱ्या सर्वांचे reverse typing करून थोडीही शंका वाटली तर Anti-H-Lectin test करण्यातच येत होती. तुम्हाला कांही शंका आहे का?"

"अर्थात हो. मला माझा blood group नव्याने माहीत करून घ्यायचा आहे. श्यामराव, होईल का तुझ्या बँकेत माझं काम?"

"मी reverse typing पर्यंत test करवून माहीत करून देईन तुमचा नक्की ग्रुप." श्याम म्हणाला.

"May I interrupt you! Look Dr. Shyam in any case I am regularly doing Anti-H Lectin test at our centre in Hinduja, why not send Anna's sample to me or I will carry with me. You just can't tell 100% that this patient is Bombay group unless we do that test. That is the only confirmatory test, अण्णा, आपण नक्की करू तुमचा ग्रुप परत, तुमचे शंकानिरसन तर होईल." आनंद.

डॉ. श्याम व डॉक्टर देशपांडेंनी आनंदला दुजोरा दिला. अण्णा त्याच्याकडे कौतुकानं बघत होते.

“म्हणजे फक्त forward grouping करून तर अनेक लोक चुकून ‘O’ positive लेबल झाले असतील? नाही आपली एक शंका”

“अण्णा” आनंद म्हणाला, “A good blood bank performs both forward and reverse grouping which is usually enough to suspect a Bombay group. The use of Anti-H-Lectin is the final and essential step for definitive serological confirmation, त्यामुळे प्रत्येक लॅब मध्ये Anti-H-Lectin असणं फार गरजेचे आहे.”

“मला काय योग्य राहील, Anti-H-Lectin माझ्याकडे ठेवणं की तुमच्या लॅब मध्ये blood sample पाठवणं?” श्याम म्हणाला.

“प्रश्न strict cold chain चा आहे. इथे अकोल्यात लाईट कधीही जातात, कधी कधी ४-४ तास. आणि Generator backup असेल तर आणि तरच तु विचार कर. Anti-H-Lectin २-४°c वर ठेवावे लागतं, नाहीतर it is of no use.” आनंद म्हणाला.

“चला रे मुलांनो.... डॉक्टर, गोपाळ.... संपवा तुमचे पेले. आमचं अर्ध पोट तर हया गहन विषयावरील चर्चेनेच भरले, आता चला या dining table वर चिकन, मटन, फिश आहे.... मारा ताव. हाणून जेवा,” अण्णांच्या बोलण्याने हशा पिकला.

“तुम्ही काहीही म्हणा Captain., आजची आपली बैठक totally unplanned जरी होती तरीही फार महत्वाच्या गोष्टी माहीत झाल्या.” डॉ. देशपांडे म्हणाले. त्यांचं म्हणणं अगदी रास्त होतं. एरव्ही या विषयावर साधी चर्चा पण होत नाही.

सगळे भुकेले असल्याने अण्णांच्या पार्टीवर सर्वांनी ताव मारला. मध्यरात्रीनंतर पार्टी संपल्यावर सगळे आपापल्या घराकडे रवाना झाले. उद्या डॉक्टर देशपांडेकडे त्यांच्या कामाने आनंद जाणार होता. आज उशीराने का होईना टफीची पार्टी रंगात आली होती. रमाच्या फोटोला नमस्कार करून अण्णा झोपायला निघून गेले. स्वतःच्या Blood Group बद्दल ते साशंकच झाले होते.

सकाळी चंदा लवकर आली. अण्णा शेव्हींग करत बसले होते.

"Good morning अण्णा."

"Good morning चंदा."

"कशी झाली रात्रीची पार्टी? बराच खर्च केलेला दिसतो नवीन मित्रांवर"

"कालची पार्टी गाजवली आनंदने. पठ्ठयाची तयारी छान आहे, फार महत्त्वाच्या मुद्द्यांवर त्याने प्रकाश पाडला. हुशार आहे बेटा."

"अजून झोपलाच आहे तो. त्याच्या बाबतीत थोडं दमाने घ्यायचं ना अण्णा. मुंबईला गेल्यावर नवीनच शौक जडायचा नाहीतर."

"चंदा, अग संस्कारी पोर आहे ते. सगळ्या गोष्टींची मर्यादा चांगली ओळखून आहे. सॉरी, जर तुझ्या भावना दुखावल्या असतील तर."

"अहो मी सहज आपलं..... आई आहे ना मी त्याची"

काय बोलावे ते अण्णांना सुचेनास झालं. दाढी आटोपून चेहरा धुवायला ते बेसीन कडे गेले. चंदा चहा नाश्ता तयार करत होती.

"आता घरी थांबायच सोडून तु माझ्याकडे का आलीस? लेकरू आलं आहे घरी त्याची सरबराई कर जरा. खूप गप्पा पण करायच्या राहिल्या असतील ना? सुधाकर गेला का कामावर?"

"ते कधीच गेले साईट वर. आनंद उठायचाच होता. म्हटलं तुमचे काम आटोपून यावं."

"खूप करतेस ग तू माझ्यासाठी. तुला वेळ आहे म्हणून ठीक. तसही मला येतं ना सगळं मॅनेज करायला. कशाला त्रास करून घेते?"

"मला आनंद वाटतो तुमचं काम करताना. मी नाही आले तर रमाताईंना वाईट वाटेल ना म्हणून मी येते तुमच्याकडे." दोघेही चहा नाश्ता करत होते. तेवढ्यात सुधाकरचा फोन आला.

"नमस्कार अण्णा. Township च्या site वर आहे." "बोल काय काम काढलं?" अण्णा.

“पाण्यासाठी मोठा बोअर करायचा आहे. कोणत्या दिशेला करायचा बोअर?”

“मी सांगतो त्या भागात शक्य आहे का सांग. पूर्व व उत्तर दिशा मिळतात ती ईशान्य, बघ बरं शक्य आहे का!”

“अगदी शक्य आहे. पण तिथे एक मोठ्ठ बेलाचं झाड आहे. तोडावं का त्याला?”

“अरे बाबा त्याची गरजच नाही, उलट चांगलीच गोष्ट आहे ती. बेलाच्या मुळ्यांना धक्का लागणार नाही एवढी दक्षता घे. मला आवडेल बेला शेजारी पाणवठा.”

“आज दुपारी काढता का वेळ. एकदा सगळया गोष्टी तुमच्या नजरेतून गेल्या की बरे होईल.”

“ठीक आहे ना. मी रीकामाच आहे. जाउ आपण.” सुधाकरने फोन ठेवल्यावर अण्णांनी चंदा कडे वघतलं.

“तुमच्या शिवाय पान हालत नाही आमच्या हयांचं. किती मोलाचा सल्ला दिला बघा तुम्ही, अभ्यास आहे तुमचा.”

“चलते का site वर दुपारी तुलाही बघता येईल एवढा मोठा प्रोजेक्ट,”

“तुम्हीच जा, त्यांना आवडत नाही मी कामात लुडबूड केलेली, आनंदला आवड नाही, नाहीतर त्याला पाठवलं असतं, चला येते मी अण्णा. एव्हाना आनंद उठला पण असेल.” तिच्या पाठमोऱ्या आकृती कडे अण्णा बघत होते. टफीचा आवाज, त्याची चुळबुळ बघून अण्णांनी त्याचे खाणे आटोपले व ग्राऊंड मध्ये फेरफटका मारण्यास नेले. मारुतीच्या पारावर काही लोक गप्पा मारत होते. चक्की वरून घरी दळण नेतांना त्यांना आनंद दिसला. किती मोकळा आहे हा बोलून चालून... अण्णांनी विचार केला. त्यांना सानिकाची तीव्र आठवण झाली. त्यांनी ताबडतोब फोन लावला.

“हॅलो सानिका बेटा काय करतेस?”

“Oh, Halo अण्णा Good morning. तुम्ही कसे आहात?”

“मी मजेत, मम्मा काय करतेय?”

“मम्मा डॅडी दोघेही आताच आलेत ड्युटीवरून. घरी मी व ग्रेसी आहोत.”

“आता ग्रेसी कशाला हवी?”

“ती जायचीच आहे आता. तिची नाईट असते ना. डॅडीची फाईल नीट करण्यासाठी आली होती.”

“सगळे ठीक आहे ना तिकडे?”

“एकदम ठीक आहे अण्णा. का बरं?”

“पहीलेच ग्रेसी पुराण आताचं ग्रेसी पुराण... अग विश्वासच बसत नाही सहज. अरविंद बरा आहे?”

“तसा बराच म्हणाव लागेल. पण you know his lingering kidney problem.”

“होईल, होईल सगळं चांगलं आता तु मम्मा डॅडीच्या सेवेत हजर हो. आणि तु कशी आहेस?” तुझ कसं चाललय रूटीन?”

“माझ मस्त सुरू आहे. अभ्यास जोरात आहे.”

“चल बेटा, सहज फोन केला होता सांग. आनंद आला आहे इथे. ३-४ दिवस राहील.”

“बर अण्णा. मी करेल त्याला फोन. बाय.”

सानिकाशी बोलणं झाल्याने अण्णा खुश होते, टफीसह ते हळू हळू घरी निघून गेले. आज सुधाकर सोबत त्यांना Construction site वर जायचे होते.

अण्णांना वास्तुशास्त्राची बरीच माहीती होती. त्यानुसार त्यांनी सुधाकरला बऱ्याच सुधारणा सुचविल्या. “अण्णा, सेकंड फ्लोअर वर तुमचा ईस्ट फेसींग फ्लॅट आहे. तिथून बेलाच झाड स्पष्ट दिसतं. मेन एन्ट्री इथून दिसणार म्हणजे कोण येतं कोण जातं तुम्हाला माहीत राहील. आवडलं का तुम्हाला लोकेशन आणि सिच्यूएशन?” अत्यंत देखणा फ्लॅट बघून अण्णांना आनंद झाला, सुधाकरला फार महत्वाच्या सूचना मिळाल्यामुळे तो देखील खुश होता.

डॉ. देशपांडेकडे आज पेशंटची वर्दळ कमी असल्याने त्यांनी आनंदला क्लिनिकवरच बोलावून घेतले. “ये आनंद, तुझे पुस्तक वाचले. माझ्या मनात एक कल्पना आली आहे. अकोल्यात आजवर मी Bombay Group चा इसम बघितलेला नाही. १ : १०,००० असे जरी प्रमाण ठरविले तरीही एकही रूग्ण सापडू नये?”

“काय करायच ठरवलं मग तुम्ही सर?”

“केसरकर तसा नवाच आहे. त्याच्या Bloodbank मध्ये आपण जर रेग्यूलर कॅम्प घेतले तर सहज सापडतील असे रुग्ण.”

“त्याने साध्य काय होणार?”

“मी सुद्धा Side effect profile वर अभ्यास केला. नेट वरून माहीती घेतली. थोडक्यात काय तर Bombay group चा रूग्ण जर forward typing मध्ये ‘O’ group चा निघाला.... तो एक तर कुणालाही रक्तदान करू शकत नाही, आणि कुणाचेही त्याला स्वतःला चालणार नाही. आणि अनावधानाने जर असं झालंच तर अनर्थच ओढवायचा. सरळ सरळ जीवन मरणाचा प्रश्न आहे हा.”

“Hmm. That happens when you do not do reverse typing.”

“मेजर ब्लड डोनेशन कॅम्पस् मध्ये कुठं होतं reverse typing! त्यांचा Blood collect करण्याचा उद्देश काय असतो हे मला माहीत

नाही. पण अशा केसेस मध्ये Fatal reaction येऊ शकते. Due to mismatched Blood Transfusion. अगदी लाखात एक जरी सापडला तरीही It's a big achievement. पटतं तुला?"

"That's the rarest but yes.... worst possibility. Tidious आणि Time consuming project आहे. केवळ एक कॅम्प घेवून काहीही साधणार नाही. पण करायचच ठरवलं तर एक जगावेगळं प्रोजेक्ट होईल बघा. I second your thought. काय मदत हवी माझी ते कळवा. एवढं विधायक कार्य आपल्या मेडीकल फिल्ड मध्ये दुसरं कुठे आहे? Yes, we will do that."

"श्याम देईल परवानगी?"

"काहीच हरकत नाही. Reverse typing मुळे suspicion निर्माण झालेल्या केसेसच Confirmation साठी पाठवाव्या लागतील. दुसरं म्हणजे who will pay for the test. कारण If you are a patient asking how much a lab will charge you for this specific test to confirm a Bombay blood group, then let me quote, the estimated cost of the test is somewhere between Rs. 500 to Rs. 1500. Off course here the test cost is more than the reagent. Here the lab charges for the specialized expertise, the control tests that is testing your blood against known O group cells and offcourse the fact that they often have to order this specific reagent specifically for your case as it is not used daily."

"माझ्या आशा मावळू नको देऊ. तु सांगीतलेले सगळे अगदी पटले मला पण काही wayout पण तर असेल..?"

"No... unless some body sponsors it."

"यक्ष प्रश्न आहे हा. सरकारी मदत मिळाली तर? हा national problem आहे व खरोखर Serious आहे. आतापर्यंत केवळ

accidentally detect झाले आहेत Bombay Group. त्या दरम्यान प्रत्यक्षात accident च्या कितीतरी घटना घडल्या असतील. उदा. Transfusion deaths. त्यांची कुठे नोंद देखील नाही. हया संदर्भाला धरून"

Sir, this is a serious issue. I will ask Hinduja people if they can help us. You also thinkover it. श्यामच्या पण कानावर घालावा लागेलं हे सगळं. Lets hope something fruitful comes up." आनंद म्हणाला. डॉ. देशपांडे थोडे चिंताग्रस्त होते आणि ते अगदी साहजीकच होते. आनंद निघून गेल्यावर ते त्यांच्या कामात व्यस्त झाले. त्यांचा मुद्दा considerable importance चाच होता. केसरकरांच्या Blood Bank मध्ये डॉक्टर देशपांडेंनी भेट दिली व त्यांच मनोगत व्यक्त केलं. त्यांना Project आवडले, "सर, reverse grouping तर आपण reasonable price मध्येच नियमित करीत असतो. समजा doubt ची केस मिळालीच तर आपण blood sample मुंबईलाच पाठवणार. Bombay group incidence इतका कमी आहे की निघून निघून निघणार किती असे पेशंटस्! वर्षाकाठी फार फार तर ४-५. म्हणजेच मुंबईचा test करण्याचा खर्च येईल ४-५ हजार रुपये. इतका कमी खर्च तर कुणीही sponsor करायला तयार होईल सर. तुमच्या लक्षात येतो का एखादा sponser? क्षणाचाही विलंब न लावता "मीच करतो ना Sponsor" असं आनंदाने डॉक्टर देशपांडे म्हणाले. "माझा थोडा जम बसू द्या मग मी देखील हातभार लावतो या project ला" श्याम म्हणाला. Sponsor चा प्रश्न सुटला होता. श्याम त्याच्या पेपर जाहीरातीत Blood Group Testing Camp माहीती देणार होता. तिकडे आनंद Confirmation Test करणार होता. एका फार महत्वाच्या प्रकल्पाला सुरुवात होणार होती. डॉक्टर देशपांडेंनी तशा आशयाचं एक पत्रक छापून घेतले व प्रत्येक दवाखान्यात वाटप केले. त्यामुळे डॉक्टर मंडळीमध्ये awareness वाढणार होता. असं केल्याने रुग्ण श्याम कडे यायला सुरुवात झाली होती. कॅम्पच्या दिवशी पहिला रुग्ण अर्थात कॅप्टन माधव जोशी उर्फ अण्णा आले. ते स्वतःच्या

Blood Group बद्दल का साशंक होते कुणास ठाऊक. पहिल्या बॅचचा रिपोर्ट बरोबर ८ दिवसांनी आला. त्यात फक्त अण्णांचाच report होता BOMBAY RH POSITIVE! कुठलाही विचार न करता आनंदने सानिकाला ही बातमी दिली, व गायत्रीला आणि तिला Blood Group परत करायला सांगितले. सुदैवाने त्या दोघीही O Rh +ve होत्या. समाधानाने त्याने निःश्वास सोडला. अण्णांचीही पूर्ण खातरजमा झाली होती. त्यांनी देवाचे आभार मानले की O Rh +ve म्हणून त्यांनी ना कधी रक्तदान केले, ना ही त्यांना रक्ताची गरज पडली. राम कृष्ण हरि.... ते मनाशीच बोलत होते.

"Captain" डॉ. देशपांडे बोलत होते," तुम्हाला कस काय सूचले तुमचा गृप परत करायचं? सहसा असं होत नाही."

"अरे डॉक्टर, intuition, केवळ intuition होतं की माझ्या blood group मध्ये कांहीतरी गडबड आहे. तेवढं बरं की गायत्री, सानिका मध्ये हा ग्रुप नाही. परमेश्वराची इच्छाच म्हणावी. यातूनही काही चांगलच निघेल, खात्री आहे माझी."

"कॅप्टन तुमच्या म्हणण्याप्रमाणे सर्व होवो! बाकी आमच्या कॅम्प मध्ये पहीला नंबर तुम्हीच लावला, पण त्यामुळे माझी अभ्यास करण्याची जबाबदारी मात्र खूप वाढली."

"तुमचा पींडच आहे अभ्यासाचा करा, भरपूर अभ्यास करा. लोकांचाच फायदा आहे त्यात."

"आनंद मुळेच शक्य झालं डॉक्टर, त्याचे बुकलेट्स फारच कामात पडले. तो नक्की वर्षभर तरी भारतात आहे. नंतर सांगता येणार नाही कुठे असेल. एक चांगला पायंडा पाडण्यास नक्कीच मदत झाली बघा त्याची."

"अगदी बरोबर बोललात कॅप्टन, तुमचा पुढाकार, श्याम, आनंदचे एकत्र येणे..... दैवयोगच म्हणावा लागेल. चलता मुंबईला? आनंदकडून मार्गदर्शन मिळेल. तिथला Setup पण बघता येईल."

"चला ना कधीही. माझा फ्लॅट आहे तिथे कुर्ल्याला, तुम्हाला आवडेल डॉक्टर."

आनंदच्या कानावर डॉक्टरांनी सगळं वृत्त घातल्यावर captain व doctor दोघेही मुंबईला गेले. कॅप्टनचा फ्लॅट छानच होता. सकाळी लवकर तयार होवून दोघेही आनंदच्या भेटीला Hinduja मध्ये पोहचले. आनंदने त्याचा setup दाखवला. Bombay group संबंधित काम सगळ्यात शेवटी होते. "Newly diagnosed cases" मध्ये फारच थोड्या केसेसची entry होती. त्यात शेवटलं नाव Captain Madhav Joshi, Akola हेच होतं. खरोखरच rare group होता तो. डॉक्टर देशपांडेंनी बरीच माहिती लिहून घेतली. आनंदने आणखी लेखी साहित्य त्यांना दिले. तिघेही हॉटेलवर जेवणास गेले. उद्या परत काही गोष्टी बघायला या असं आनंदने म्हटले. जेवणानंतर कॅप्टन व डॉक्टर मुंबईत कामा निमित्त फिरले. थोडे फार Shopping केले. संध्याकाळी मावळतीचा सूर्य बघण्यास ते बीच वर गेले. कॅप्टन नी जातांना २ बाटल्या बियर घेतल्या. आता पर्यंत विवीध विषयांवर चर्चा करणारे दोघेही मावळत्या सूर्याकडे बघत बीच वर शांत बसले होते. अधुन मधुन बियरचे घोट घेत दोघेही त्यांच्या भावविश्वात मग्न झाले होते. कॅप्टनना रमा असतांनाचे दिवस आठवत होते. डॉक्टर देशपांडेंना नचिकेतची तीव्र आठवण झाली होती. असाच तासन तास मावळत्या सूर्याकडे बघत बसायचा तो आजारी असतांना. मनाला अंतर्मुख करणाऱ्या त्या दृष्याने त्यांच्या डोळ्यात नकळत अश्रू जमा झाले. त्या मावळत्या दिनकराला त्यांनी सहजपणे दोन्ही हात जोडले. हा नशीबाचा फेरा तसाच आठवून अंधुक प्रकाशात ते दोघे न बोलता चालत राहीले. प्रत्यक्षात कुणीच कुणावर ओझं होत नसतं पण त्यांच्या नसण्याने आठवणीच ओझं मात्र त्रासदायकच होतं.

दुसरे दिवशी लंच करूनच दोघेही आनंदला भेटण्यास गेले. खूप नवीन माहीती मिळाल्याने डॉक्टर खुश होते. Patient sponsorship डॉक्टरांनी केल्याबद्दल आनंद खूप खुश होता. कांहीतरी विधायक कार्य आपल्या

हातून घडतय याचा तिघांनाही आनंद होता. संध्याकाळच्या ट्रेन ने परततांना एका समृद्ध अनुभवाची शिदोरी घेवूनच ते अकोल्याला परतले.

तिकडे Austin मध्ये संध्याकाळी हॅरी त्याच्या हार्ली डेव्हिडसन वर ग्रेसी सोबत तिच्या हॉस्पीटल मध्ये पोहचला. तिची नेहमी प्रमाणे night duty होती. ड्युटी संपवून गायत्री घरी जायला निघाली तेव्हा वाटेत तिला हॅरी भेटला. गायत्रीला घाई घाईने बाय करून ग्रेसी वार्डाकडे पळाली.

"Hi Halo. Going home?" Harry

"Yeah, off the duty just now. It was a heavy day todayl. How are you?" गायत्री.

"I am ok. But Arvind doesn't look good these days. Looks tired. Is everything ok with him?"

"Failing kidneys, raised creat, make him tired. Is he able to do his job well?"

"Yeah. Don't worry about that. I am fine with him"

"keep a close eye. Do let me know when he is not good. ok?"

हॅरीला बाय करून गायत्री घरी गेली. सानिका अभ्यासात बिझी होती. अरविंद नुकताच येवून आराम खुर्चीत डोळे बंद करून पहुडला होता, त्याच्या पायांवरील सूज गायत्रीला नर्व्हस करीत होती.

"How was the day Arvind?" गायत्रीने विचारले. हात वर करून ठीक होता असं त्याने दर्शविले.

"चल, fresh हो लवकर. आपण जेवूयात एकत्र. चल उठ."

"खूप अशक्त वाटतय, भूक पण लागली नाही. रात्री झोप येत नाही तू दारू बंद केल्यापासून. का झालं असं सगळं वाईट माझ्या बाबतीत?"

"Bad deeds! कर्माचा सिद्धांत तुला माहीत आहे ना. त्यामुळेच पडला तू आजारी. अण्णा नेहमी सांगायचे ज्याला चांगली भूक लागते व चांगली झोप लागते तो आजारी नाही. तुला भूक पण नाही, झोप पण. आता करतोय आपण विचार, होईल सगळं चांगलं, वेळ लागणारच आहे. तू strong रहा."

"Just give me a peg of whisky. मला भूक पण लागेल झोप पण."

"Thats suicidal Arvind. चांगला विचार कर. You are extremely lucky to get normal liver function tests ever since you quit. Now we are bothered about kidney functions." यावर अरविंद काहीच बोलला नाही. पूर्वीसारखा उत्साही, मजा करणारा अरविंद कुठे गायब झाला होता तेच कळत नव्हतं. मोठ्या मुष्कीलीने तो आराम खुर्चीतून उठून बाहेर आला व बळेबळेच जेवायला बसला. सानिका फक्त काळजीपूर्वक त्याच्याकडे बघत होती. तूर्तास अरविंद activities of daily living करू शकत होता एवढीच जमेची बाजु होती. पण हॅरीने त्याच्यातील होणारा बदल वेळीच नोटीस केला होता. It is time to act as a drastician... गायत्रीने निर्धार केला. अण्णांना तिने फोन करून सर्व गोष्टींची कल्पना दिली. Kidney Transplant वर पर्याय नव्हता आणि ३-४ करोड रूपये कसे उभे करायचे यावर पण पर्याय दिसत नव्हता. अण्णांशी हे सर्व ती प्रथमच बोलत होती. "बघतो मी काय करू शकतो" अण्णांनी तिला धीर दिला. अण्णा तरी काय कारणार होते? पैशाच सोंग करता येत नाही हे मात्र नक्की.

गायत्रीच्या फोनमुळे अण्णा खुपच अस्वस्थ होवून गेले होते. आजकाल टी.व्ही. बघणं देखील खूप कमी केले होते. सारखा डोळ्यांसमोर अरविंद दिसायचा. त्याचा आजार खरोखर इतका बळावला होता? अचानक हे संकट कसे काय चालून आले. कुणासमोर पैशांसाठी हात पसरणाऱ्यांपैकी अण्णा नव्हतेच. फार फार तर एखाद करोड रूपये

ते उभे करू शकत होते. नौकरी नाही, शेतीवाडी नाही, उत्पन्नाचा स्त्रोत नाही.... ते खरोखरच हतबल झाले होते. अण्णांना शांत बघून सगळेच त्यांना विचारत होते. काय सांगणार प्रत्येकाला? म्हणून ते शांतच होते. राजराजेश्वराला दुसऱ्यांदा साकडं घातलं होतं. काशी, केदारनाथ अरविंदसाठीच केलेलं. भोलेनाथा, तूच सोडव रे बाबा हया संकटातून असे म्हणून ते आपल्या कामात बिझी व्हायचे. आज काल त्यांनी गीता वाचनाला सुरुवात केली होती. प्रत्येक समस्येवर उपाय लिहीला आहे गीतेत हे त्यांना चांगलं ठावूक होतं. पण तूर्तास मात्र त्यांची अवस्था युध्द प्रसंगी असलेल्या अर्जुनासारखी झाली होती. काय कशाला करायचे हेच कळत नव्हते, केवळ पैशांच्या अभावामुळे सगळं विचारचक्र थांबले होते. नशीब की अरविंद साठी donor ग्रेसी होती जी पैसे घेणार नव्हती. आपण अरविंदचे transplant operation भारतातच केले तर? त्यांच्या मनात विचार आला. त्यांनी त्वरीत तो विचार गायत्रीसमोर मांडला.

"अहो अण्णा विचार खूपच छान आहे. In fact सानिकाने देखील हाच विचार मांडला होता. त्यामुळे 1/10th मध्येच operation शक्य होते, म्हणजे पैशांची वेगळी सोय करावी लागणार नव्हती. मी आमच्या team of doctors कडे विचारणा करते हया शक्यतेची. त्यांनी होकार दिला तरच शक्य होईल अण्णा हे सगळं." अण्णांना स्वतःचाच विचार बहुमोलाचा वाटायला लागला होता. "राजेश्वरा, असंच होवू दे." त्यांनी हात जोडून नमस्कार केला. "अण्णा", सुधाकरचा फोन होता, "उद्या रविवार आहे. येतो आम्ही चौसर खेळायला. काही हरकत तर नाही?" अण्णांनी 'या' म्हटले. जीवाला जीव देणारे मित्र अवतीभवती असले की आपसूकच बळ येतं अशी त्यांची ठाम समजूत होती.

दुसऱ्या दिवशी सर्व मंडळी सकाळीच पोहोचल्याबरोबर घर कसं गजबजून गेलं होतं. चंदा नेहमीप्रमाणे चहा नाश्ता करण्यात बिझी होती. सुधाकरने पट मांडला, सोंगट्या ठेवल्या गेल्या. नेहमी प्रमाणे सारीपाट सुरु झाला. अण्णांपासून सुरुवात झाली. प्रमिला थोडी साशंक

दिसत होती. "अण्णा, नेहमी सारखं दान पडत नाही आज आपल्याला. काय गडबड आहे?"

"त्याचीच करणी." (वर बोट दाखवत अण्णा म्हणाले)

"पण आजवर असं झालं नव्हतं अण्णा." प्रमिला.

"कवड्या कधी कधी आमच्या मनाप्रमाणे सुद्धा दान देतात." सुधाकर म्हणाला. अण्णांना काळजी होतीच. आपल्या स्वच्छ अंतःकरणाने देवाला साकडं घातलं तरीही त्याच्या मनात जे आहे तसेच होणार यात शंकाच नव्हती. ह्यावेळी अण्णा, प्रमिला हारत होते. त्यांच्या मनाप्रमाणे दानच पडत नव्हते. दीड तासानंतर ते चक्क हारले. आता दुसरा डाव नाही मांडायचा म्हणून त्यांनी पट थोड्याशा रागाने चक्क उधळला, दामोदरने गुपचूप पट गुंडाळून बटव्यात ठेवला. नाराज होऊन अण्णा बैठकीत बसले. इतर सर्व त्यांच्या भवताली बसले. "अण्णा, नाराज नका राहू. शेवटी खेळ आहे तो. हारजीत होणारच." दामोदर म्हणाला.

"अरे आयुष्य असंच चढाव उतार दाखवतं, आपण चांगलं होणार असा विचार केला की लगेच उलटं दान पडतं आणि विपरित घडतं. जीवनाला सारीपाट त्याकरीताच म्हणतात. तरीही तो खेळ खेळावाच लागतो, नशीबाचाच खेळ तो शेवटी." अण्णा म्हणाले.

"आज तुमची नेहमी सारखी विनोद बुद्धी कुठे गेलीय अण्णा!" चंदा म्हणाली. "सदैव आनंदी रहावं, सकारात्मक रहावं हे तुमच्या कडूनच शिकलो आम्ही. मग आजच काय झालं? सगळे आशेने अण्णांकडे बघत होते.

"काही नाही रे, परवा ब्लड ग्रुप confirm करावा म्हणून camp मध्ये गेलो होतो. काय सांगू आता? सरळ सरळ ग्रुप देवाने दिलाच नाही मला. लाखात एक असा Bombay Group मिळाला. त्याचं कसं की ना मी कुणाचं रक्त घेऊ शकत ना कुणाला देऊ शकत. अकोल्यात आपल्या डॉक्टरांच्या पाहणीत तरी नाही असा ग्रुप... इतक्या वर्षांत. मुंबईच्या रजिस्टर मध्ये देखील शेवटची entry माझ्याच नावाची.

उगाच घोर लागला त्यामुळे. फक्त Bombay ग्रुपचंच रक्त मला चालेल किंवा त्याच ग्रुपला मी रक्त देऊ शकेल. आहे की नाही गंमत?" अण्णांच्या स्पष्टीकरणामुळे सगळेच चूप बसले होते.

"नक्की हिच काळजी आहे का अण्णा, की काळजीचा विषय दुसराच आहे?" चंदाने विचारले, "आनंद सांगत होता अण्णा कसल्यातरी विषयावर खूप विचार करतात म्हणून. काय प्रॉब्लेम आहे अण्णा? गायत्री, सानिकाचं तर ठीक ठाक सुरु आहे ना?"

"तु बोललीस.... म्हणून सांगतोच मी सगळं. गायत्री, सानिका एकदम ठीक आहेत. प्रश्न आहे अरविंदचा. माझ्या जावयाचा, त्याची कीडनी फेल झाली आहे. बदलायची म्हणाले, Donor मिळालाय पण खर्च ३-४ करोड रुपयांचा आहे. तेवढा पैसा नाही त्यांच्याजवळ. Medical Insurance पण थोडाच आहे. माझ्या जवळ इतका पैसा नाही, नाहीतर केली असती मदत, म्हणून काळजी लागलीय." अण्णा. सगळे हे ऐकून सुन्न झाले. थोडा वेळ कुणीच कुणाशी बोललं नाही.

"अण्णा," सुधाकर म्हणाला, "मी माझे दोन-तीन प्रोजेक्ट सरळ विकायला काढतो. ३-४ करोड आरामात मिळतील. तुमचं काम होईल व मला पण बरं वाटेल. काय म्हणणं आहे तुमचं?"

"इतकं धाडसी पाऊल नको उचलूस, त्यांना मी सांगीतलय की kidney transplant भारतात केलं तर स्वस्तात होईल. कर्ज काढावे लागणार नाही. तिथल्या डॉक्टर मंडळींच्या कानावर घालावं लागेल, Insurance कंपनीला विचारावे लागेल. बघू काय जवाब येतो त्यांचा." अण्णा.

"नाही आला तर? काय कराल?" चंदाने विचारले.

"हाच प्रश्न माझ डोकं खातोय. काही सुचेनासे झालय बघ."

"ह्यांनी सांगितला ना सोपा ईलाज. होईल तुमचं काम."

"नको. मला तुम्हा कुणालाही त्रास द्यायचा नाही. तो देवच माझी मदत करेल बघ. सध्या परिक्षा बघतोय तो माझी."

"राम कृष्ण हरि. अण्णा तसेच होवो." दामोदर म्हणाला. चंदाने सर्वांची पाने मांडली. जेवण करताना आज कुठलीही चर्चा, मजा, वाद होत नव्हते. जेवणानंतर सर्वांनी अण्णांना ते सर्व त्यांच्या पाठीशी उभे आहेत असं आश्वासन दिलं व आपापल्या घरी गेले. सगळ्या घरात शांतता पसरली होती. अण्णा आरामखुर्चीत बसून रमाच्या फोटोकडे बघत होते; मनातल्या मनात तिला सगळं गा-हाणे सांगत होते. आपल्याजवळ जावयासाठी पैसा नाही ह्या कल्पनेने त्यांना त्यांचीच चीड येत होती. कसा बसा त्यांनी स्वतःच्या रागावर ताबा मिळवला. पण विचारचक्र कांही थांबत नव्हते. तेवढ्यात त्यांचा फोन वाजला. नरवाडेचा फोन होता.

"नमस्कार माधवराव. ठीक आहेस ना तूं? इतक्यात फोन नाही तुझा."

"मी ठीक आहे. मला काय धाड भरलीय. कसा काय फोन केला तू?"

"कामानिमित्त अहमदाबादला जाणे झाले. एक दिवस धनपत कडे गेलो. प्रचंड काम आहे बुवा धनपतराय अँड कंपनी म्हणजे."

"धनपत कसा आहे?"

"तब्येत यथातथाच आहे त्याची. किडनीचा आजार फारच बळावलाय, Dialysis सांगीतलं म्हणे. तुझी खूप आठवण काढली. "माझी मानसिकता माधवच चांगली समजू शकतो. त्याला पाठव ना इथे. माझं भलं नक्कीच करेल तो. अध्यात्माची बैठक त्याच्या बोलण्यातूनच जाणवते" असं म्हणत होता. जावून ये ना एक दिवसासाठी. बरं वाटेल त्याला."

"बघतो. जाण्याचं ठरवतो मी."

"धनपतचा मुलगा जिग्नेश लग्नानिमित्त अकोल्याला येतो आहे. तुझा नंबर व पत्ता दिलाय त्याला, बघ काय म्हणतो ते."

"येऊ दे ना. मला आनंदच होईल तो आला तर..."

"त्याची बायको हंसा पण येणार आहे त्याच्या बरोबर. तिचे नातेवाईक राहतात अकोल्यात."

"त्याचा नंबर पाठव असला तर. माझ्याच कडे सोय करतो त्यांची."

"ये हुई ना बात" म्हणून नरवाडेंने फोन ठेवला. नक्की कधी येणार ही मंडळी काही कल्पना नव्हती. त्याला फोनवरच विचारू म्हणून फोन चेक केला. अद्याप नरवाडेंने फोन नंबर पाठवला नव्हता.

टफीचा संध्याकाळचा फेरफटका आटोपून अण्णा परत आले. बुलेट काढली व फेरफटका मारायला निघून गेले. असे केल्याने विचार चक्र थांबतं असं त्यांना वाटत होते. गोरक्षण वरून रिंग रोडने सिंधी खदान वरून ते खूप वेळाने घरी पोहचले. आनंदने बुलेट चालविल्यानंतर आज प्रथमच त्यांनी राऊंड मारला. घरी प्रवेश करतांनाच चंदा आली.

"अण्णा ही देवयानी मराठे गोखले बाई कोण आहे? ती येवून गेली. भेटायचं होतं, अर्ध्यातासाने परत येते म्हणाली. एका मोठ्या कार मधून आली होती. ओळखता तुम्ही? सुंदर आहेत दिसायला."

"सुंदर देवयानी म्हणजे मराठेच आधीची, नंतरची गोखले."

"कशी ओळख आहे तुमची?"

"कॉलेजातील सुंदर दिवसातील ओळख आहे. आमची ओळखच नाही तर जिगरी दोस्त होती माझी." अण्णा घरात सोफ्यावर बसले. "ती पाहताच बाला कलीजा खलास झाला..... इतकी जिगरी दोस्त. (रमाकडे बघत) रमे तु मला नाही म्हटलं असतं तर खरं तर देवयानीच होती माझ्या आयुष्यात. पण तुझ्या इतकी सुंदर, सुस्वभावी नव्हती." (रमाकडे बघत अण्णा बोलत होते.)

"ऐकावं ते नवलच. अण्णा, मला वाटतं तुम्ही तर अजूनही चाहाल त्या बाईला, इतकी सुंदर आहे ती." चंदा.

"माझ्या लग्नानंतर कॉलेजचे सगळे मित्र पांगले बघ. कोण कुठे आहे ते देखील माहीत नाही. आता ही बाई कुठून आली काय सांगावं."

“बहुतेक गुजरातची असावी. G.J. नंबरप्लेट होती.”

“बापरे, इतक्या लांबून आली ही? माझा नंबर नाही दिला तिला?”

“अण्णा, आता येण्यामध्येच असेल ती. मी आहेच घरी, सांगा काही करायचं असेल ते.” असं बोलून चंदा स्वयंपाकघरात कामाला गेली.

थोड्याच वेळात एक मोठी पजेरो गाडी घरासमोर उभी झाली. साठी ओलांडलेली पण सुंदर बाई त्यातुन उतरली. केसात गजरा माळला होता, भारी साडी नेसलेल्या त्या बाईच्या येण्याने सगळीकडे सुगंध दरवळला होता. अण्णा तिच्या व्यक्तीमत्वाकडे बघत बैठकीत उभे होते. धीटाईने बाईने घरात प्रवेश केला... हॅलो क्यूट डॉगी... म्हणून तिने टफीला कुरवाळले. हळूवार भुंकून टफीने तिचे स्वागतच केले.

“वेलकम देवी, वेलकम" अण्णा म्हणाले.

“माध्या, लेका बिलकुल बदलला नाहीस तु. अगदी जसाच्या तसा आहेस.” अण्णांची गळाभेट घेत देवयानी म्हणाली. आश्चर्याने चंदा बघतच राहीली.

“तुझ्यात काय बदल झाला ग? थोडं बाळसं वाढलं इतकच.” हसत अण्णा म्हणाले. रमाच्या फोटोकडे बघत देवयानी म्हणाली,

“हिला इतक्यातच सोडून जायचं होतं?” देवयानी म्हणाली, “फार त्रास झाला असेल ना रे तुला हिचं जाणं पाहून?”

“नाही, देवी, रमा माझ्यासाठी गेलीच नाही. इथच आहे ती माझ्या जवळ, अवती भवती.”

“खूप पक्का आहेस रे तु. एखादा लेचा पेचा मनाचा तर पार कोलमडला असता. कमाल आहे तुझी” हात जोडत देवयानी म्हणाली.

“बरं मला सांग तु कुठे असतेस व अकोल्याला कशी काय आलीस?”

“लग्नानंतर मी कायमची अहमदाबादला स्थायिक झाली. विक्रांतचा तिथे मोठा बिझनेस आहे. तुला धनपत आठवतो ना? अरे तीन घरं

सोडून आमचा बंगला आहे. इथे एका लग्नाला आलो. सोबत धनपतचा जिग्नेश व त्याची बायको हंसा पण आहे. विक्रांतला येणे जमले नाही."

"जिग्नेश कुठे आहे?"

"येतच असेल तो सुद्धा." आत डोकावून अण्णांना डोळा मारून "ह्या मॅडम कोण आहेत" असं देवयानीने हळूच विचारले.

"अग तुझी ओळख करून द्यायलाच विसरलो बघ. (चंदाला हाक मारून) माझा जिगरी दोस्त आहे सुधाकर गावंडे, मोठा बिझीनेसमन आहे, त्याची ही पत्नी, रमाची जवळची मैत्रीण. आणि चंदा.... हया देवयानी मराठे, माझी कॉलेजातील मैत्रीण." नमस्कार करून चंदा देवयानी गप्पा करायला लागल्या. विक्रांत देखील realtor असल्याने दोघीही गप्पां मध्ये बिझी झाल्या. "चंदा... तुझ्यात आणि रमात खूप साम्य आहे दिसण्यात" देवयानी म्हणाली, "अहो मला धाकटी बहीणच मानायच्या त्या. खूप प्रेम केलं माझ्यावर." चंदा.

"माधव तुझी मुलगी कुठे असते?"

"टेक्सास Austin मध्ये नामांकीत डॉक्टर आहे. गायत्री, गायत्री दिवेकर, तिचा नवरा अरविंद बिझीनेसमन आहे, मुलगी सानिका सध्या शिकतेय."

"कसं चाललाय त्यांचं?"

"बरं चाललय. अरविंद किडनी फेल्यूअर ने आजारी असतो. Kidney transplant सांगीतलय."

"अरे मग भारतात कर ना Surgery. इथेही उत्कृष्ट सोय होते."

"बघु या कसं Coordinate होतं सगळं."

"त्यात बघण्यासारखं काय आहे माधव? वेळेवर ऑपरेशन केलेलं बरं."

"त्याच विचारात आहोत आम्ही सर्व."

“अरे बाबा ऑपरेशन सांगीतले तर विचार कसला करायचा? लवकर आटोपून घ्या आणि मोकळे व्हा. Any problem? Donor मिळाला नाही का?”

“Donor मिळाला. अगदी फ्री. पण त्यांचा medical insurance फारच कमी आहे. ३-४ करोड रुपयांची सोय करायची आहे. थोडा विचार तर करावाच लागेल ना? भारतात ऑपरेशन करण्याची परवानगी अद्याप मिळाली नाही. त्याचीच वाट बघतोय. तसं झालं तर बजेटमध्ये काम इथंच जमून जाईल.”

“माझं ऐक; असं हातावर हात ठेवून बसू नका. काय ठरवायचे ते मला लवकर कळव. मी विचार करते हे सगळं सुखरूप, सुरळीत कसं पार पडतं ते.”

असं बोलणं सुरू असतांनाच रिक्षा थांबल्याचा आवाज आला. जिग्नेश व हंसा आले होते. “अरे जिग्नेशभाई, मुझे फोन करना था, गाडी भेजती थी ना मै,” देवयानी म्हणाली. अण्णांनी दोघांचेही स्वागत केले.

“रात्री डीनर पार्टी किती वाजता आहे हंसा?” देवयानी.

“बास झालं लंच करून. हयांना IBS चा त्रास. डीनरला जायचं नाही म्हणतो.” हंसा म्हणाली. अण्णांनी मोठ्या आशेने चंदा कडे बघीतलं.

“माझं ऐकता का सर्व? हे रात्री जाणार आहेत पार्टीला, उशीरानेच येतील. मी बनवते अगदी साधं जेवण सर्वांसाठी, काय म्हणता अण्णा?” सर्वांच्या मनात असलेलं चंदा बोलत होती त्यामुळे सर्वांनी होकार दर्शविला. चंदा तडक स्वयंपाकाला लागली, हंसा तिची मदत करायला गेली. पण चंदाने तिला बैठकीतच बसायला सांगीतले. इकडच्या तिकडच्या गप्पा सुरू झाल्या.

“माधव, मला तू गायत्री, अरविंद, सानिकाचे फोन नंबर व पत्ता दे. माझा मुलगा मकरंद गोखले तिथे जवळच ह्युस्टनला असतो. Software Engineer आहे. त्याची बायको हनी पटेल गोखले त्याच्याच सोबत काम करते. जिग्नेशची मोठी बहीण म्हणजे धनपतची

मुलगी मनिषा तिथेच असते. सगळे आपल्याला मदत करणारे लोक आहेत. त्यांना कळवते मी गायत्री कडील फोन नंबर्स व पत्ता. भेटतील एखाद्या विकेंडला." देवयानी.

"अंकल जी मुझे भी तो पता करदो है ये सब क्या हो रहा है!" जिग्नेश म्हणाला.

"अरे त्यांना काय विचारतोस, मी परतीच्या प्रवासात सगळं सांगेन. तु देखील आहेस पिक्चरमध्ये. काळजी करू नकोस." हसत हसत देवयानी म्हणाली. ह्या सर्व ओळखींमुळे काय फायदा होणार... असा विचार अण्णांच्या मनात येणं अगदी साहजीकच होतं. पैशांचं सोंग घेता येत नाही हेच खरं होतं.

शिजलेल्या ताज्या अन्नाचा सुवास भवताली दरवळत होता. साधे जेवण पण सुग्रास करण्याची हातोटी चंदाला चांगली अवगत होती. रमा तिला उगाचच सुग्रण नव्हती म्हणत.

जेवण करून मंडळी तृप्त झाली. चंदाचे खूप कौतुक केले सर्वांनी. "अंकलजी आप पधारोना हमारे घर, अहमदाबाद में, पप्पा बहोत याद करते आपको. हाल मे उनकी तबीयत ठीक नही चल रही है, आपको बहोत पसंत करते है वो... और खूब मानते भी है," जिग्नेश म्हणाला. हंसा खूप सुंदर होती पण अबोल वाटली.

"आज मुक्कामी कुठं आहात? सोय नसेल तर माझ्याकडे या राहायला, झोपायला. भरपूर जागा आहे, तुमची काही गैरसोय होणार नाही," अण्णा म्हणाले, "अरे माधव आमची खूप छान सोय केलीय वऱ्हाडींनी. आमचं सगळं सामान तिकडेच आहे. येऊ पुढे कधी तरी तुझ्याकडे राहायला," देवयानी. अण्णांच आदरातिथ्य सर्वांनाच खूप आवडले. सगळे पजेरोतून लग्न घरी रवाना झाले. जातांना चंदाचे सर्वांनी खूप आभार मानले. रात्रीचे साडे दहा वाजले होते. "येते मी अण्णा. हे येतील एखादेवेळी." तिला थैंक्स देवून अण्णा बैठकीत शांत पणे बसले. इतके लोक जेवून गेले पण अण्णा त्यांच्याच विचारात मग्न

होते. सर्वांच्याच शुभेच्छा होत्या पाठीशी, सर्वांचीच मदत होणार होती. पण आर्थिक बळ मिळत नव्हते. विचार करत करतच शेवटी ते झोपी गेले. गायत्री चा काय फोन येतो त्यावर बरेच काही अवलंबून होते.

मधले ३-४ दिवस अण्णांच रुटीन सुरु होते. अधुन मधुन चंदा यायची आणि शांतपणे कामे करायची. देवयानीशी अण्णा जे काही बोलले ते तिने ऐकल्यापासून ती बेचैन झाली होती. एका आदर्शवादी माणसाच्या आयुष्यात कसले चढाव उतार येऊ शकतात ते पहिल्यांदाच अनुभवीत होती ती. तिला काहीच करता येत नव्हतं याची फिकीर लागली होती. सुधाकरच्या व आनंदच्या कानावर तिने हे सर्व टाकले होते. तीन दिवसांनंतर अण्णा संध्याकाळी टफिसह पारावर बसले असतांना त्यांचा फोन वाजला. गायत्री बोलत होती. Medical Counsel समोर अरविंदचा भारतात ऑपरेशन करण्याचा विषय मांडला असता medical grounds खाली त्याला Shift करता येणार नाही असा निरोप मिळाला. म्हणजेच स्वस्तात ट्रीटमेंट होण्याचा विषयच निकालात निघाला होता. आता ऑपरेशन अमेरिकेतच करावे लागणार होत.

“गायत्री बेटा, तुम्ही तुमचा medical insurance वाढवून का घेत नाही. हवे तर प्रीमियम मी भरतो.” हयावर गायत्री म्हणाली, “अण्णा अरविंद आजारी पडण्याआधीच Medical Insurance सुरु असता तर नक्कीच फायद्याचे होते. पण तेव्हा काय कल्पना हे असले दुखणं मागे लागणार म्हणून. आता करावयाचे ठरविले तर Premium अजीबात परवडणार नाही आटोक्यात पण राहणार नाही. हे Technical issues त्रासदायक ठरणारेच होते. आपल्याच चुका आपल्याला भोवल्या बघा.”

“हं... आता काही अर्थ नाही त्यावर पश्चाताप करून. आता पुढे काय करायचं ठरलं? वेळेत सगळं काही झालेले बरं.” अण्णा म्हणाले.

“त्याच दिशेने प्रयत्न सुरु आहेत आम्हा सर्वांचे, हॅरी देखील मदत करायला तयार आहे. होईल काही तरी सोय अण्णा. तुम्ही काळजी करू नका”

"आता नाही तर कधी करायची काळजी. माझे सगळे फंडस्, Investments, Shares liquidate जरी केलेत तर फार फार तर १ कोटी रुपये जमू शकतील. पण त्यात पूर्ण सोय होईल असं काही वाटत नाही. बर तू तोपर्यंत भारतातून पैसा कसा पाठवायचा तिकडे जेणे करून तुमच्या कामात येईल यावर विचार करून ठेव. Blood relation ची अडचण आली तर काहीच करता येणार नाही. हे झालं मला माहीत असलेले, पण सहज पणे करता येईल Funds Transfer, त्याबद्दल तुमच्या बँकरला विचारून घ्या. तिथून १००% माहीती मिळेल." अण्णांनी सल्ला दिला.

"We will try our level best. काही तरी मार्ग नक्की निघेल. मी कळविते तुम्हाला, तुम्हालाही काही माहीत झालं तर मला सांगा. OK? बाय अण्णा." गायत्रीने फोन ठेवला. अजून काहीही ठोस उपाय निघालेला नव्हता. मारुतीला मनोभावे नमस्कार करून टफीसह अण्णा घरी परतले.

दुसऱ्या दिवशी अण्णा बँकेत गेले. मॅनेजरने त्यांचे स्वागत केले.

"बोला कॅप्टन, काय सेवा!"

"मला Medical reason साठी loan मिळू शकेल का? माझा जावई तिकडे अमेरिकेत आजारी पडला आहे. २-३ करोड रुपये पाठवायचे होते त्याला इलाजासाठी." मॅनेजरने Computer वर अण्णांचे details चेक केले.

"Sorry to say अण्णा; ह्या वयात परतफेडीची कुठलीही व्यवस्था नसतांना तुम्हाला लोन देता येणार नाही. पण तुमचेच accumulated funds जर liquidate केले तर एक-सवा करोड रुपये आपण Outdoor medical remittance द्वारा पाठवू शकू, Tax liability कमी असते फक्त जर blood relation असते पेशंटस चे तर अधीक सुलभ झाले असते, पण ठीक आहे. Son in law साठी करू तशी व्यवस्था."

"Blood relation असणं गरजेचच असतं का? आणि नसेल तर?" अण्णांनी शंका व्यक्त केली.

“In that case tax भरून पैसे पाठवता येतील. पण tax फार heavy असतो.”

Technical अडचणी फारच कटकटीच्या वाटल्या मुळे अण्णा बँकेतून घरी परतले. भारतातच सगळं झालं असतं तर किती सोपं झालं असतं.... त्यांनी विचार केला. साध्या साध्या गोष्टीमध्ये सुद्धा अपयश का येतंय आपल्याला. सरळ सरळ काम का होत नाहीत आपली... अशा विचारातुन अण्णा घरी पोहचले. हात-पाय धूवून सरळ स्वयंपाक करायला गेले. त्यानंतर बैठकीतच पेपर वाचत बसले, तेवढ्यात त्यांना साठवणेचा फोन आला.

“झोपला होता का माधव! झोपमोड तर नाही ना केली मी.?”

“नाही रे. बसलो होतो पेपर वाचत. काय म्हणतोस बोल.”

“लोकेशन पाठव तुझ्या घराचे. अर्ध्या पाऊण तासात पोहचतो मी तुझ्या घरी. नागपुरला लग्नाला गेलो होतो. तुझी भेट घ्यायला एस. टी. ने निघालो.”

“अरे ये ये; तुझे स्वागत आहे माझ्या घरी. पाठवतो मी लोकेशन.”

साधारण साडे तीनच्या सुमारास साठवणे अण्णांकडे पोहचला, अण्णांना खूप आनंद झाला होता. “जेवला नसशील तू. दोन मिनिटे बस, हे घे पाणी, fresh होऊन घे. जेवण तयार आहे.”

गप्पागोष्टी करत दोघेही जेवले.

“माधव, नरवाडे आला होता एक दिवस, overnight stay साठी. अहमदाबादहून आला होता. धन्नासेठला भेटून आला होता. त्याची तब्येत ठीक नाही. चलतो का दोन दिवसांसाठी? उद्या मुंबईसाठी निघू. परवाची फ्लाईट बुक करतो. बरं वाटेल त्याला.” साठवणे.

“काहीच हरकत नाही चलायला. मी मुंबईची तिकीटे बुक करतो पहीले. उद्याच निघायचय ना? की तुला अजुन काही काम आहे अकोल्यात?”

"उद्याच निघुया."

अण्णांनी लगेच वाघमारेला फोन करून घरी बोलावलं. दोन मिनीटात तो आला.

"राम कृष्णा हरि अण्णा, पाहुणे आलेले दिसतात. बोला काय काम काढलं?"

"हे माझे मित्र साठवणे. आम्हा दोघांची तिकीटे काढ मुंबईची उद्याची." सगळे details वाघमारेनी लिहून घेतले. तासाभरात तिकीटे घेवून तो परत आला.

"आज काय कार्यक्रम आहे तुझा?" साठवणेने अण्णांना विचारले.

"अगदी काही नाही. बोल काय हवं तुला?"

"वऱ्हाडी मटन हाणायचं आहे, दोन दिवस त्या लग्नातल्या जेवणाने पार वैतागलोय मी."

"हॉटेलच अरबट चरबट खायची सवय आहे तुला, तु काय जेवशील लेका लग्नातील गुळवेल?" दोघेही जोरात हसले, "आज बसुच आपण. तुझ्या आवडीचच जेवण होईल बघ."

कितीतरी दिवसांनी अण्णा मोकळे झाले होते, हसत होते. गप्पांच्या ओघात अण्णांनी साठवणेला त्यांची पूर्ण हकीकत सांगीतली. "आर्थिक सहाय्य कितीही लागलं तर मला सांग. काय करायचं नुसता पैसा जमवून?" साठवणेचे हे धीराचे वाक्य अण्णांना बळ देवून गेले. २-२ पेग रिचवून दोघांनीही मटन हांडीवर ताव मारला. असलं अस्सल वऱ्हाडी मटन खूप वर्षांनंतर खाण्यास मिळाल्याने साठवणे खुश होता. रात्री टफीला घेऊन दोघेही शतपावलीसाठी ग्राऊंडकडे गेले. परतल्यावर पुन्हा गोष्टी सुरु झाल्या. कसं काय कुणास ठाऊक पण साठवणे अण्णांकडे उतरलेत हे सुधाकर, दामोदरला कळले. चंदा, प्रमिलासह ते सर्व अण्णांकडे पोहचले. त्यावेळी रात्रीचे ९:३० झाले होते. "राम राम साठवणे साहेब" सर्वांनी नमस्कार करत घरात प्रवेश केला. "अण्णा एवढे मोठे

पाहुणे आलेत घरी... साधा आवाज तर द्यायचा?" चंदा म्हणाली. सगळे परत एकदा वेगळ्या विषयावर बोलायला लागले. "तुम्ही उद्या संध्याकाळी जायचे आहात ना, मग दिवसा आपण शेगावला जाऊया. गजानन महाराजांचे दर्शन घेवूया, चालेल? "सुधाकरने विचारले.

"अगदी माझ्या मनातलं बोललात तुम्ही नक्की जावू, उद्या मी व माधव दोघेही मुंबईला जाणार आहोत. त्या आधी देवदर्शन करणे केव्हाही आवडेल," साठवणे म्हणाले. अण्णांना खूप आनंद झाला होता. आपलं गाऱ्हाणे ते गजानन माऊली समोर मांडणार होते. महाराज माझे काम नक्कीच करतील अशी त्यांची श्रद्धा होती.

शेगाव हुन परतल्यावर त्याच संध्याकाळी अण्णा व साठवणे मुंबईला रवाना झाले. दुसऱ्या दिवशी विमानाने दोघेही अहमदाबादला पोहचले. लगेच ते धनपतराय कडे पोहचले. धनपतचे घर म्हणजे एक विस्तीर्ण महालच होता. किती गेस्ट रूम्स असतील याचा अंदाजच नव्हता. प्रशस्त दिवाणखान्यात एका मोठ्या पलंगावर धनपत पहुडला होता. छताला असलेल्या एका भव्य मोठ्या झुंबरातील दिव्यांचा प्रकाश सर्व दूर पसरला होता. Vital monitor, बाजुलाच ऑक्सीजन सिलेंडर पडलेले होते. धनपत पेपर चाळत पडला होता. दरबानाने जशी खबर दिली तशी जोरात हाक मारू लागला... "ये माधवा, साठवणे... या बसा, स्वागत आहे तुमचं, खूप आनंद झाला मला तुम्हाला भेटून, लछमन चाय लाव."

"अरे बाबा, ऑफीस, फॅक्टरीत जात असतो की सगळा कार्यक्रम बेडवरच?" अण्णांनी विचारलं.

"माधवा.... तुला दिसतेय का नर्स वगैरे. अरे मी चांगला ambulant आहे, पण आता मला माझच वजन सहन करता येत नाही बघ. तुला सांगतो failing kidneys असतांना वजन कमी करणे म्हणजे अगदी तारेवरची कसरतच. साठवण्या, तुझ पण वजन वाढतं दिसतय. सुधर लवकर, काय खायचे काय प्यायचे आतापासूनच decide कर. नाहीतर होईल माझ्यासारखी हालत, सध्या मेडिकल ट्रीटमेंट मुळे Creatinine

आटोक्यात नाही येवुन राहील. Dialysis सांगितलं. आठवड्यातून एक वेळ. किती परावलंबी झालोय बघ. माधवा... निघेल का रे मी ह्यातून बाहेर?" धनपत म्हणाला.

"धनपत... एवढ्या मोठ्या शरीरात तुझा एकच अवयव निकामी आहे. बाकी तू फिट अँड फाईन आहेस. Will Power वाढव. सकारात्मक विचार कर. अगदी पूर्ण बरा होशील तू." अण्णा म्हणाले.

"कसा धीर येतो बघ तुझ्या बोलण्याने. एकटा असतो तेव्हा घर खायला उठतं बघ. रहा इथेच काही दिवस, फरक पडेलच फक्त तुझ्या असण्यानेच." धनपत.

"Dialysis कधी होणार तुझं?" साठवणे.

"पुढच्या हफ्त्यात."

"आम्ही थांबतो तोपर्यंत, बघू त्यामुळे kidney function मध्ये काय फरक पडतो ते. त्यानंतर ठरवू परतीचा कार्यक्रम, चालेल?"

"चालेल की..... घ्या चहा घ्या." लछ्मन चहा कॉफी घेवून येतो.

"अरे आपली देवयानी रहाते बगलमंदी. तिला ठावूक हाय का तुम्ही इथं येणार म्हणून!" माधवने लगेच देवयानीला फोन लावला.

"कधी पोहचली इथे?"

"परवाच आलो. का रे?" देवयानी.

"धनपतकडेच आहे. आत्ताच आलोय. खुशाली विचारायला आलो खास चहा घेतोय, मी, धनपत व साठवणे, येते का?"

"क्या बात है. Wait for me, आलेच बघ." देवयानी.

अगदी दोनच मिनीटांत देवयानी आत आली.

"धनपत... all well?" देवयानी.

"All well"

"काय साठवणे, बऱ्याच दिवसात भेट नाही. हॉटेल काय म्हणते."

"मुंबईत हॉटेल बिझीनेसला मरणच नाही. जोरदार चाललय, तुझा बिझीनेस कसा चाललाय"

"अगदी मजेत. धनपतचा, माझा बिझनेस Inter dependant आहे. तो मजेत तर मी मजेत. कसं धनपत?"

"अगदी बरोबर. घे... चहा घे. आज आपण रात्री सर्व इथेच एकत्र जेवण करूया. साठवण्या, माधवा... आपल्याकडे फक्त Veg जेवणच भेटेल पहा. चालेल ना?"

"अरे रोज थोडी खातो आम्ही Nonveg. अगदी चालेल."

"लछमन... इनका सामान कमरे मे ले जाना. विक्रांत राहील का आपल्या संग जेवायला?"

"नाही. आज जमणार नाही त्याला. मिटींगमध्ये बिझी आहे." देवयानी.

"अजुन काय खबरबात आहे देवयानी?" धनपत.

"आपल्या कॉलेज ग्रुप मधील फक्त तुच आजारी आहेस धनपत. आता आम्ही सर्व तुझ्या आजाराला कसे पळवतो बघ."

"अग तुमच्या सारखे भरवशाचे मित्र असतांना आजार पळणार नाही तर काय? जवानीत जरा सबुरीनं खान-पान कडे लक्ष दिलं असतं तर असा मी आजारीच पडलो नसतो, माधवच फीट दिसतो मला. तुम्ही दोघ जरा लक्ष द्या साठवणे अन देवयानी, खराब खान पान मुळे अटॅक येण्याच प्रमाण खूप आहे आम्हा गुजराथ्यांमध्ये. मला त्या kidney failure नं धरलं. कंट्रोल सुटला की काही तरी खराबी होतेच बॉडी मध्ये. देवयानी, तब्येत चांगली करण्याच्याच प्रयत्नात आहे बघ मी. हा माधव माझा mentor आहे. खर तर डॉक्टरच व्हायला पाहिजे होता."

"अरे धनपत, मी नाही तर माझी मुलगी गायत्री तर आहे ना डॉक्टर, ती देईल तुझ्याकडे लक्ष."

"कानावर टाकलं का तिच्या? काय सुचवायचं ते टायमात सुचव म्हणा."

"धनपत.... माधवचा जावई अरविंद सुद्धा किडनी फेल्युअर मध्ये आहे. बऱ्याच डॉक्टरांच्या निगराणीत आहे. गरज पडली तर Kidney Transplant करावं लागेल. खूप घडामोडी घडताहेत सध्या, पण गायत्री देईल लक्ष तुझ्याकडे." देवयानी.

"अरे देवा एवढ्या तरुण, उमद्या माणसावर आली का ही आफत? माधवा... जावून ये रे गायत्रीकडे... अरविंदला काहीही कमी पडता कामा नये. माझी लेक मनिषा हिचा लेक मकरंद त्याची बायको हनी... समदेच देतील लक्ष त्यांच्याकडे. जवळच राहतात त्यांच्या घराच्या. काय मदत लागेल ते मला सांग. शेवटी घरचं काम आहे माधव... हाय का नाही देवयानी?"

"तू स्वतः पडला किडनी पेशंट... काय मदत करणार तू रे धनपत?" जोरात हसत देवयानी म्हणाली.

"देवयानी, तिथला kidney transplant चा खर्च माहीत आहे का? मी केला त्याचा अभ्यास. इथं झालं नसतं आमचं काम तर मी देखील US लाच जाणार होतो. पण तुमच्या मुंबईत एकाहून एक सरस डॉक्टर्स आहेत. त्यात आजकाल तर तिकडचे पेशंटस् भारतात येतात kidney Transplant साठी. अरविंदला नाही आणता येणार का माधव, कमी खर्चात चांगलं काम होईल."

"तिथले डॉक्टर अरविंदला इथे भारतात Shift करण्याबद्दल नाही म्हणाले. डोनर पण तयार आहे. त्यांनी shift करायला परवानगी नाही दिल्याने वांधाच झाला बघ. आता ३-४ करोड आणायचे कुठून? त्यांचा Medical Insurance पण थोडाच आहे. सगळे प्रयत्न सुरुच आहेत."

"हं..... तो ऐसी बात है? तुम्ही फिकर नका करू माधवराव, आपण करू सगळी सोय, बिनधास्त रहा."

"मी पण तेच म्हणतोय, पैसा केव्हाही मिळवता येईल. पण तब्येत दुरुस्त करतांना पैसा आडवा यायलाच नको. माधव, त्याबाबतीत निश्चिंत रहा" साठवणे म्हणाला.

"मला पण जरा घ्या विचारात, अशी वेळ कुणावरही येवू नये. पण बरं झालं माधव आज तु मोकळेपणाने सर्व सांगीतलं. आम्ही तिघेही करु पूर्ण जुगाड. When we three are here why fear?" देवयानी म्हणाली. माधवच्या डोळ्यांमध्ये नकळत पाणी आले. जीवाला जीव देणारे मित्र ते हेच!

"माध्या, अरविंदची पूर्ण जवाबदारी माझ्याकडे लागली. कधी आणि किती पाहीजे तुला पैसे ते सांग. देवानं काही कमी नाही दिलं मला आणि मला पुण्यकर्म केल्याचं सार्थक नक्कीच होईल. तुम्ही तुमच्या सदीच्छा, तुमच्या प्रार्थना माझ्यासंग असु देत. आता दोन जीवांची जवाबदारी तुमच्यावर आहे," धनपत म्हणाला. थोडा वेळ कुणीच काही बोलले नाही.

"Don't take it that seriously, अरे वय वाढतं तसे आजारपण येणारच. त्यातला प्रकार आहे. चांगल्यात चांगला ईलाज आपण करतोय. मग सगळं चांगलं होईल. तो देव आहे आपल्या पाठीशी." देवयानीने वातावरणातील गांभीर्य कमी करण्याचा प्रयत्न केला.

"कॉलेजात होती तू माधवसंग हिंडत फिरत. आता त्याच्यासारखीच बोलायला लागली तू देवयानी?" हसत हसत धनपत म्हणाला. माधव, साठवणे हसत होते. शेगावच्या गजानन महाराजांनी योग्य वाट सुचविल्या बद्दल अण्णा देवाचे आभार मानत होते. प्रकरणाला योग्य चालना मिळाली होती. आता सगळं काही ठीक होणार होते.

रात्री जेवतांना सोबत जिग्नेश व हंसा पण होते. पुष्कळ विषयांवर चर्चा होत होती. पथ्याचं मोजकच वाढलेलं अन्न धनपत जेवत होता, अन्नाला एक टिपिकल गुजराती टच होता. चार दिवस धनपत कडे व दोन दिवस देवयानीकडे राहील्यानंतर सातव्या दिवशी धनपतचे पहिले

Dialysis सुखरूप पार पडलं. रक्तातील सर्व levels Normal आले होते त्यामुळे सर्वच खुश होते. साठवणे, अण्णा व देवयानी ने धनपतरायला आश्वस्त केले. रात्रीच्या फ्लाईटने साठवणे व अण्णा मुंबईस रवाना झाले व त्याच रात्री उशीराच्या ट्रेन ने अण्णा अकोल्यास रवाना झाले. धन्नासेठची भेट घेणे किती आवश्यक होतं ते त्यादिवसांत सर्वांना कळले होते. अण्णांची फार मोठी काळजी धन्नासेठने दूर केली होती. साठवणे, देवयानी मुळे खूप धीर मिळाला होता. कधी एकदा गायत्रीशी बोलतो असे अण्णांना झाले होते.

सकाळी अकोल्यास घरी पोहचताच भगत त्याच्या रिक्षातून स्वयंपाकाचे जरूरी सामान, भाजीपाला घरी घेवून आला. ट्रेन मधूनच अण्णांनी त्याला फोन वर सूचना दिल्या होत्या. त्याचं पेमेंट करून अण्णा टफीला आणण्यासाठी सुधाकर कडे गेले. तो चहा नाश्ता घेत बसला होता. अण्णा आल्याबरोबरच चंदाने त्यांचा देखील चहा नाश्ता आणला. अहमदाबादपुराणावर सविस्तर चर्चा झाली. सुधाकर, चंदाला हायसे वाटले सगळं ऐकून. सुधाकर तयार होवून निघण्याच्या तयारीत होता. अण्णा टफीला घेवून घरी जाण्यास निघणार तेवढ्यात "मी येतेच" असं हळूच चंदा म्हणाली.

सुधाकर गेल्यावर चंदा अण्णांकडे पोहचली. आठ दिवसांत घरात खूप धूळ साचली होती. देव्हाऱ्यातील फुले वाळून गेली होती. कुंचा हातात घेऊन तिने सगळं घर साफ केलं. देव्हारा स्वच्छ केला, देवाला नवीन फुले वाहिली, उदबत्ती लावली, त्यामुळे वातावरण प्रसन्न झाले. स्वयंपाकघर स्वच्छ करून पाणी भरले. भगतने आणलेला किराणा व भाजी व्यवस्थित लावली व स्वयंपाकाला लागली. तोपर्यंत टफिचा फेरफटका करून अण्णा परतले होते. स्नान करून पूजा करून अण्णा बैठकीत पेपर वाचत बसले होते.

“एकंदरीत सार्थकी लागली म्हणावी तुमची ट्रीप, नाही?” चंदा.

“देवाचे मानावे तेवढे आभार कमीच आहेत.”

"देव आहेच तुमच्या पाठीशी."

"सुखही तोच देतो, दुःख सुध्दा, आपल्याला खंबीरपणे उभं रहायचं असतं एवढं मात्र खरं. कुणाच्या रूपाने देव प्रसन्न होईल हे सांगताच येत नाही." स्वयंपाक पूर्ण करून, टफीचं खाणं आटोपून चंदा घरी गेली. अहमदाबादेस झालेल्या महत्वपूर्ण घटनांची नोंद अण्णांनी डायरीत केली. त्या सर्व घटनांचं ओझं अण्णांच्या डोक्यावर होतं. टेंशन वाढू नये म्हणून त्यांनी व्यायाम केला, मुदगल फिरवले, दंड बैठका काढल्या. घरातल्या पॅसेज मध्ये Jogging केलं. नंतर टफीजवळ बसून पारावरील हालचालींकडे लक्ष देत बसले. बसल्या बसल्या त्यांचे प्राणायाम सुरु होते. मन शांत झाल्यावर गायत्रीला संध्याकाळी फोन करायचं ठरविलं. केंव्हाही पैशांची गरज पडू शकते असं त्यांचे मन सांगत होतं.

संध्याकाळी गायत्रीचाच फोन आला. हॉस्पीटलला जाण्याअगोदर तिने फोन केला. "हॅलो अण्णा कसे आहात?" तिने विचारलं.

"मी बरा आहे. बोल कशासाठी फोन केलास?"

"अरविंद ठीक नाहीय. Dialysis ने विशेष फायदा होत नाही. इथले डॉक्टर्स म्हणतात इतके Frequently Dialysis करण्यापेक्षा Transplant केलेले बरे. Infact this is the right time they say."

"किती खर्च लागेल? मी सोय केलीय. You need not worry."

"झाली पण सोय?" आनंदाने गायत्री म्हणाली, "कर्ज बिर्ज नका काढू कुठून. कधी पाठवू शकता?"

"कधी पण; अरविंदचे bank details पाठव."

"खूप जबरदस्त टॅक्स पडेल even though you do it on medical ground."

"Outward medical remittance द्वारे कमी टॅक्स पडेल. अगदीच जमले नाही तर हवाला आहेच."

“बघा अण्णा. सांभाळून करा सर्व व्यवहार. धोका नको.”

“मी आहे ना काळजी करायला, Don’t worry.”

“कुठून उसने घेतलेत का पैसे; खूप मोठी रक्कम आहे म्हणून म्हटलं.”

अण्णांनी अहमदाबाद ट्रीप मध्ये घडलेलं सविस्तर वृत्त सांगितले. हे सर्व ऐकून क्षणभर गायत्री चुप बसली. अण्णांनी काम तर केले होते, पण त्याचे परिणाम काय होतील याची तिला काळजी वाटत होती. कर्ज घेतले असेल तर व्याज येते, परत फेड येते - अनेक शक्यता निर्माण होतात. पण अण्णा जे करतील ते व्यवस्थितच करतील याची तिला खात्री होती. ते कधीच धोका पत्करणार नाहीत हे तिला चांगले ठाऊक होते.

अरविंदच्या ऑपरेशनची तारीख नक्की झाली. अण्णांनी धनपतच्या कानावर टाकले. ठरल्या मुदतीत पैसे जमा झाले. आर्थिक अडचण मिटली होती.

तिकडे ऑपरेशनच्या एक आठवडा आधी ग्रेसी व अरविंदच्या अनेक तपासण्या झाल्या. सगळ काही favorable होते. Hospital advance payments जमा झाले होते. ऑपरेशनच्या एक दिवस आधी ग्रेसी व अरविंदला admit करून घेतले होते. अण्णांनी धनपत व इतरांना ही बातमी कळवली. धनपतला special thanks दिले. ऑपरेशनच्या दिवशी संध्याकाळी सुधाकर, दामोदर, प्रमिला व चंदा अण्णांकडे येवून बसले होते. सानिका update देणार होती. आनंदच्या देखील कानावर तिने ती बातमी घातली. प्रमिला व चंदाने स्वयंपाक घराची जबाबदारी घेतली होती. आज कोणीच चौसर खेळणार नव्हत. टफी आज फेरफटका मारण्याची घाई करणार नव्हता. सगळे शांत पणे बसले होते. अण्णा रमाच्या फोटोकडे बघत बसले होते.

सकाळी ७.०० वाजता ग्रेसचे किडनी काढण्याचे ऑपरेशन १०-०० वाजेपर्यंत चालले. लगेच अरविंदचे ऑपरेशन सुरू झाले. साधारण ५

ते ६ तास ऑपरेशन चालले. ग्रेसीची तब्येत उत्तम असल्याचा निरोप सानिका कडून आला. म्हणजेच भारतात रात्रभर जागावेच लागणार होते. रात्री १० वाजता म्हणजेच साधारण ग्रेसीचे ऑपरेशन झाल्यावर चंदाच्या आग्रहास्तव सर्व मंडळींनी जेवण आटोपले. अरविंदचे ऑपरेशन संपण्याला बराच अवकाश होता. शांत बसण्या शिवाय उपाय नव्हता. मंडळी पेंगायला लागली होती, अण्णा मात्र अगदी शांत बसले होते. आज त्यांना झोप येणार नव्हती. टफीची सोय करून ते पुन्हा येऊन बसले. सर्वच जण आतुन देवाची प्रार्थना करत होते यात शंकाच नव्हती.

भारतातील रात्री ३ वाजता सानिकाचा फोन आला. अरविंदचे Kidney Transplant ऑपरेशन यशस्वी रित्या पार पडले होते व तो अगदी सुखरूप होता. कुठलीही काळजी करण्याचे कारण नव्हते कारण ग्रेसीने डोनेट केलेली किडनी छान काम करत होती. सर्वांनी सुटकेचा निःश्वास टाकला. गायत्री उशीराने फोन करणार होती. अरविंदची तब्येत Stable करण्यात ती बिझी होती.

“आज जागरण झालं सगळ्यांच. आता २-३ तासात सकाळ होणार. सकाळचा चहा आताच घ्यायचा का आपण?” अण्णांनी सगळ्यांना विचारले.

“अण्णा, चांगली बातमी दिलीत तुम्ही. चहासोबत बिस्किटं, खारी देखिल चालेल.” हसत सुधाकर म्हणाला. आता सगळ्यांची झोप उडाली होती. चंदाने देवापुढील दिवा नीट केला. प्रमिला चहा करण्यासाठी सरसावली. चहा बिस्किटं खात घरातील गंभीर वातावरण निवळलं. पांच तास चाललेल्या ऑपरेशन नंतर अरविंदला अतिदक्षता कक्षात नेलं गेलं. बाजुच्याच बेडवर ग्रेसी होती. पुर्ण शुध्दीत ती कक्षातील सर्व हालचालीचे निरिक्षण करीत होती. अरविंद अद्‍याप शुध्दीवर यायचा होता. मान वळवून ती एकटक अरविंद कडे बघत होती. तिच्या डोळ्यांत नकळत आलेले अश्रु गायत्रीने नर्सला पुसायला सांगितले. कसल्या विचारात असेल ग्रेसी? तिने सहज विचार केला व शांतपणे पडून रहाण्याचा सल्ला

दिला. एक फिजीशियन या नात्याने तीच लक्ष दोघांकडेही होतं. मॉनीटर्स वर दोघांचेही Vitals Stable दिसत होते. अरविंदचा Urine output अगदी समाधानकारक होता. गायत्री मनोमन देवाचे आभार मानत होती. तिचा reliever थोड्याच वेळात येणार होता. अरविंद शुध्दीवर येत होता. अण्णांना फोन करून सगळं सांगायचं होतं. सानिका कुणाशी तरी फोनवर बोलत होती. सकाळी ८-०० वाजता अण्णांनी ही आनंदाची बातमी फोन वर धनपतला दिली. त्याला खूप आनंद झाला, देवयानी व साठवणे देखील खुश होते. हळू हळू घरातील मंडळी आपापल्या घरी गेली. अण्णा एकटेच बसले होते. त्याच वेळी आनंदचा फोन आला. सानिका कडून त्याला इत्थंभूत बातमी कळली होती. सुधाकरने पण त्याला फोन करून सगळं कळवलं. सर्वार्थाने सगळ संकट टळलं होतं.

अण्णा तयार होऊन बैठकीत आले तेव्हा सुधाकर site वर जाण्यास निघाला होता. १० वाजता चंदा अण्णांकडे आली. झोप न झाल्याने तिचा चेहरा तारवटलेला दिसत होता. अण्णांनी तिला घरी जाऊन आराम करण्यास सांगितले. स्वयंपाक करूनच ती जाणार होती.

थोड्याच वेळात गायत्रीचा फोन आला.

“हॅलो अण्णा"

“अरविंद, ग्रेसी कसे आहेत?”

“एकदम व्यवस्थित. Stable and Settled.”

“खूप मोठ्या Ordeal ला सामोरे जावे लागले तुला, तु कशी आहेस बेटा?”

“मी ठीक आहे. काल झोपता नसेल आलं ना? आज आराम करा. इकडची अजिबात काळजी करू नका. मी Updates देत राहीन.”

“ग्रेसीला Thanks दे माझ्या तर्फे. फार मोलाची मदत केली तिने.”

“खरंच अण्णा. तुम्ही सुध्दा धनपत काकांना धन्यवाद द्या. त्यांच्या मुळेच सगळं छान झालं. कोण किती मदत करू शकतो याची पूर्ण

कल्पना मला आली आहे. किती परोपकारी वृत्ती असते लोकांमध्ये. सॅल्युट अशा लोकांना."

"हो, आणि वेळेत कुणाच्या कामात पडणं ह्याच देखील फार महत्व. सगळे योग कसे छान जुळून आलेत." इकडच्या तिकडच्या गप्पानंतर गायत्रीने फोन ठेवला.

४-५ दिवसांनंतर ग्रेसीला हॉस्पिटल मधून डिस्चार्ज मिळाला. तिची तब्येत उत्तम होती. महीनाभर रेस्ट सांगितली होती तिला. दहा दिवसां नंतर अरविंदचे Complete Checkup झाले. तब्येत उत्तम होती. त्याला ४-५ दिवसांसाठी रुम मध्ये शिफ्ट केले. नंतर चेक अप नॉर्मल राहीला तर डिस्चार्ज मिळणार होता. ऑपरेशन नंतर घ्यावी लागणारी काळजी फार महत्वाची होती. ३ ते ६ महीने अत्यंत महत्वाचे होते. सगळ्यात महत्वाचे होते Immuno suppressant औषधे....जी आयुष्यभर घ्यावी लागणार होती. ही औषधे शरीराला नवीन किडनी स्वीकारण्यास मदत करणार होती. इतर महत्वाच्या गोष्टींचे पालन गायत्रीच्या निगराणीत होणार होते. घरचीच डॉक्टर असण्याचा फायदाच वेगळा.

थोड्याच वेळाने डॉ. देशपांडेंचा फोन आला. अण्णांनी त्यांना सगळं वृत्त कळवलं. "चला आटोपले एकदाचे म्हणाव. कॅप्टन, खर तर आजकाल परदेशी रुग्ण आर्थिक कारणास्तव भारतात येतात अशी सर्जरी करण्यासाठी. त्याला Medical Tourism असं गोंडस नाव मिळालं. बरं झालं अरविंद O+ve होता. त्याचा जर Bombay ग्रुप असता तर तुम्हालाच जावे लागले असते Kidney donation ला."

"म्हणजे माझ्या वयात मला Kidney donate करता येईल?"

"अगदी शक्य आहे ते. पण basically तुमचा ग्रुपच इतका rare आहे की अशी वेळच येणार नाही तुमच्यावर," हसत डॉ. देशपांडे म्हणाले.

"नंतर सापडला का एखादा तरी Bombay ग्रुप अकोल्यात?"

"अजिबात नाही. पण आम्ही आमचं Project सुरुच ठेवलय. न जाणो एखादा लपलेला रुग्ण आम्हाला मिळेल!" आनंदची फार मोठी मदत त्यांना मिळत होती. डॉक्टरांच्या चिकाटीची व अभ्यासु वृत्तीची अण्णांना पूर्ण कल्पना होती.

अरविंद चांगला सेटल झाल्यावर सानिकाने डॉ. देशपांडेना फोन केला. अरविंद ग्रेसी प्रकरण कसे wait & watch ने निवळले हे तिने सविस्तर सांगीतले व त्यांचे आभार मानले. तसेच ग्रेसीने दिलेल्या किडनी मुळे डॅडी कसा ठीक झाला हे देखील सांगीतले.

"Two major events happening at one time? Great. सानिका, असे प्रसंग फार क्वचित घडत असतात. त्याला फार मोठी पुण्याई लागते. तरीही one has to keep a close eye on both of them. I just do not know what type of love this is. Kidney donation should not trigger any love spark once again. लक्ष ठेव. पण मला आनंद झाला हे ऐकून. अण्णांचा ह्या विषयावर फोन आला होता पण ते मोघमच बोलले. चला ठीक आहे मग सानिका. काळजी घे व कळवत जा मला. बाय..." डॉ-देशपांडे म्हणाले.

एक वर्षानंतर...

अरविंदची तब्येत एकदम ठीक होती. Blood Levels अगदी normal होत्या. सगळं पथ्य पाणी काटेकोरपणे पाळल्या जात होत्या. गायत्रीचे पूर्ण लक्ष होते त्याच्याकडे. त्याच office routine सुरु झाले होते. कंपनीचा कारभार जोरांत सुरु होता. संध्याकाळी हॅरी त्याला लवकर relieve करायचा. रात्री लवकर झोपायचा. त्याचा आराम छान व्हायचा. आता तो Pale दिसत नव्हता, त्याच्या पायांवर सूज नव्हती; Urine output एकदम normal होता. ग्रेसी पुन्हा नव्या जोमाने कामावर रुजु झाली. आता weekly get to gether पुन्हा नव्याने सुरु झाले होते, त्यात दारुला स्थान नव्हते. सर्व गोष्टी गायत्रीच्या मनाप्रमाणे झाल्या होत्या, व घडत होत्या. अण्णा अँण्ड टीमची

अमेरिका वारी १ वर्षाने पुढे ढकलण्यात आली. आनंद Australia मध्ये जॉब करत होता. सानिकाशी त्याचा रेग्युलर कॉन्टॅक्ट होता. सानिकाची medical education ची यशस्वी वाटचाल सुरु होती. हॅरी एकदम खुश होता. एकदाचा लग्न करायला तो तयार झाला होता. अण्णांकडे दर रविवारी चौसर खेळायला सर्व मंडळी यायची. अण्णांचे सर्व मित्र त्यांच्या संपर्कात होते.

मध्यंतरी कामानिमित्त नरवाडे अहमदाबादला गेला होता. साहजिकच धनपतची भेट घेणे क्रमप्राप्त होते. वरपांगी धनपत बरं वाटला पण तो नेहमीसारखा आनंदी नाही वाटला. वजन आणखी जास्त वाढले होते; पायांवर सूज दिसत होती व थोडा Pale वाटत होता. "नरवाडे... downhill course सुरु आहे माझ्या तब्येतीचा. Dialysis चे पहिलेसारखे results नाही मिळून राहीले. दर तिसऱ्या दिवशी Dialysis करावे लागत आहे. मी फार वैतागलो रे. एवढ्यात माधव, साठवणेशी पण Contact नाही. काय सांगावी आपली रडकथा त्यांना. नाही म्हणायला माधवचा आला होता फोन ३-४ वेळा. त्याला माहीत नाही माझ्या तब्येतीचे latest updates. तसा तो माझा कैवारी आहे, mentor आहे. फार विचारपूर्वक व मोलाचा सल्ला देतो माधव. तु कळवशील का माझ्या तब्येतीबद्दल माधवला? काहीतरी चांगलं फायद्याच सुचविल तो." नरवाडे हे सर्व ऐकून सुन्न झाला होता. त्याने फक्त "हो" म्हटले व धनपतचा निरोप घेतला.

नरवाडेचा फोन आल्यावर अण्णांना सर्व वृत्त समजलं. ते खूप नाराज झाले बातमी ऐकून. त्यांनी ताबडतोब देवयानीला फोन करून details कळविले. "एवढ्यात माझं जाणच झालं नाही धनपतकडे. पण जिग्नेश आहे ना माझ्या संपर्कात, तो देखील काही बोलला नाही. मी आज-उद्याकडे मारते त्याच्या कडे चक्कर व तुला कळविते." म्हणजे आता देवयानीचा फोन येईस्तोवर कांहीच करता येत नव्हते. नरवाडेच्या सांगण्यानुसार धनपतचे kidney failure वाढलेले वाटत होते. अण्णांनी गायत्रीच्या कानावर सर्व टाकले. "He is slowly heading towards

Kidney transplant." असं तिचं उत्तर होतं. परदेशी लोकांची kidney transplant साठी गर्दी, अनेकांचे transplant झाल्याबद्दल बातम्या.... kidney failure ची साथ बीथ आली की काय? अण्णांनी विचार केला. दुसऱ्या दिवशी देवयानीचा फोन आला. "माधव, धनपत पहिल्यासारखा धनपत राहिलेलाच नाही. ह्याचं Hb% down झालं आहे. Creat वाढलेले आहे. सुजला आहे चक्क. त्याच्या डॉक्टरांना मी फोन केला तर म्हणाले एकदा मुंबईच्या डॉक्टरांचा सल्ला घ्या. काय चाललंय मला तर कळेनासचं झालंय."

"कुणाला दाखवायचं मुंबईला?"

"हिंदुजा मध्ये नरेश शहांना,"

"त्यांचा हुद्दा काय आहे?"

"Transplant Surgeon आहेत."

"इतक्या लवकर वेळ आली त्याच्यावर? मागल्या वर्षीचतर आपण सर्व भेटलो त्याला. तेव्हा बरा होता.

"तु एकदा बोलून बघ त्याच्याशी. Jignesh doesn't seem to be serious about the situation. बघ काय मदत लागते त्याला."

"माझं एकच सांगणं असतं. सगळ्या गोष्टी कश्या वेळेत व्हायला हव्यात. मी आजच बोलतो त्याच्याशी. तु पण लक्ष ठेव. okay, bye." लगेच अण्णांनी धन्नासेठ ला फोन लावला.

"हॅलो.... माधव बोलतोय"

"बोल.. कसा आहेस तु?"

"तु कसा आहेस? तुझी तब्येत ठीक नसते म्हणे आजकाल"

"तुला सुध्दा कळलं? आता जावई कसा आहे तुझा?"

"अरविंद मजेत आहे. तु काय करायचं ठरवलस? मुंबईला कधी जायचे आहे?

"अपॉईंटमेंट घेवून दे लवकरची. सहा महीन्यानी भेटेल म्हणे."

"मी करतो काहीतरी जुगाड तु तयारीत राहा." यानंतर अण्णांनी लगेच डॉ. देशपांडेना फोन केला.

"हिंदुजाचे डॉ. नरेश शहा ओळखीचे आहेत?"

"अगदी छान. KEM ला आम्ही एकत्रच होतो. मागल्या वेळेस मी चौकशी केली. तो ऑपरेशन मध्ये बीझी होता. ६-६-७-७ तास ऑपरेशन चालतं. नाहीतर आपली भेट झाली असती कॅप्टन. काय काम होतं त्याच्याशी?"

"माझे मित्र आहेत धनपत शहा; अहमदाबादेस असतात. त्यांना त्यांची लवकरची appointment हवीय. मिळेल तर बघा ना प्लीज. Failure मध्ये आहे तो."

"मी लगेच फोन करून कळवतो तुम्हाला. धनपत शहा नां? वय?"

"माझाच Class mate आहे. ६३ वे सुरु असेल फार फार तर"

"OK. कळवतो मी लगेच."

दहा मिनीटांतच डॉक्टरांचा फोन आला. ३ दिवसांनंतर सकाळी ११ ची अपॉईंटमेंट मिळाली होती. सगळा जुना record व referal letter घेवून यायला सांगितले.

"धनपत" अण्णांनी फोन लावला. "तयारी कर उद्याच निघण्याची. साठवणेच्या हॉटेल मध्येच उतर. सर्व कागद पत्रे आण. मी पोहचतोच उद्यापर्यंत. Appointment मिळाली ३ दिवसांनंतरची."

"मला वाटलेच तुच पडशील माझ्या कामात. येतो मी. धन्यवाद."

दुसऱ्या दिवशी अण्णा साठवणे कडे पोहचले. धनपत आधीच पोहचून बेडवर पहुडला होता. सोबत जिग्नेश होता. साठवणेने आधीच local doctor कडून धनपतचा checkup करून घेतला. तुर्तास तो fit

होता. हिंदुजा मध्ये सकाळी ११-०० वा. डॉ नरेश शहांनी धनपतला चेक केले. "सध्या आठवड्यातून २-३ वेळा dialysis सुरु ठेवा पण लवकरात लवकर kidney transplant करावी लागेल. तयारी करा. मी कांही Tests लिहून देतो त्या करून दाखवा मला." डॉक्टर म्हणाले. Tests करण्यासाठी ते खालच्या मजल्यावर आले. २ तासांनी report मिळणार होते. व्हिल चेअर वर बसून धनपत जिग्नेश सोबत canteen मध्ये आले. सोबत अण्णा होतेच. चहा नास्ता आटोपून बाहेर पडताच Blood reports तयार आहेत असा निरोप मोबाईल वर मिळाला. "माधव जोशी कोण आहेत?" काऊंटर वरून पुकारा झाला. "ह्या पेशंटचे उरलेले reports blood bank मध्ये मिळतील असे सांगितले. अण्णा एकटेच तिकडे गेले." या बसा. तुम्ही पेशंटचे कोण आहात?"

"मित्र"

"धनपतराय प्राणलाल शाह यांचा blood group Bombay Rh Positive निघाला. Very rare. आम्ही देतो ते कार्ड त्यांच्या फाईल मध्ये पहिले लावावे." Technician म्हणाले. रजिस्टर मध्ये धनपतची नोंद करताना अण्णांनी बघीतलं, धनपतच्या नावाखाली Captain Madhav Joshi लिहिले होते. म्हणजे इतक्या दिवसात हा दुसराच पेशंट मिळाला Bombay Group चा? अण्णांनी विचार केला.

डॉ. नरेश शहांनी सगळे reports चेक केले. Report बघून त्यांच्या चेहऱ्यावर आश्चर्य व चिंता दोन्ही स्पष्ट दिसत होते. "माधवराव, दुष्काळात तेरावा महिना म्हणतात तसं झालय बघा. ह्यांचे Hb खूप कमी आहे, Creat पण वाढले आहे. कुणी donor मिळतो का हे बघावं लागेल."

"कशाचा donor डॉक्टर?" अण्णांनी लगेच विचारले.

"यांना Packed cells Blood लवकरात लवकर द्यावे लागेल. तुमच्या माहितीत आहे कोणी Bombay Group ची व्यक्ती? जी हेल्दी आहे व ७५ वर्षांच्या आतली आहे.?"

"हा काय मी तुमच्या समोर बसलेला आहे! काय काय करायच ते सांगा. Yess.... I am absolutely fit and fine and willing to happily donate my blood and kidney to my best friend Dhanpat.!"

"That's great.... Simply Great! "डॉक्टर आश्चर्यचकीत होऊन म्हणाले. "Blood Grouping, Cross matching करा व Tissue typing. एकदा का फिटनेस मिळाला का आपण पुढील कामाला लागू - (कागद देत) यात आणखी काही tests लिहिल्या आहेत. सगळं करून मला भेटा."

"यांना blood कधी द्यायचं? "अण्णांनी विचारले.

"As early as possible. I will let you know."

जिग्नेशने धनपतरायला व्हीलचेअरमध्ये बसवलं व तिघेही बाहेर पडले. अटेंडंटने तीन ठिकाणी tests साठी जायला सांगितले.

"माधवा," धनपत म्हणाला, त्याच्या डोळ्यांत अश्रू होते "तु मला काहीच बोलू दिलं नाही. सगळ्या जबाबदाऱ्या स्वतः स्वीकारल्या? माझं मत तर घ्यायचं?"

"हे बघ, एकतर मी तुझा जीवलग मित्र आहे. दुसरं म्हणजे आपल्याजवळ वेळ फारच मर्यादित आहे. या अशा घडीला मीच – फक्त मीच तुझ्या कामात पडू शकतो आणि त्याचा मला आनंदही आहे, गर्व पण."

"कुठल्या देवानं घडवलं रे तुला? धन्य तुझे आईबाप ज्यांनी असा सपुत पैदा केला. काय रे माध्या.... इतकं करून वाचीन ना रे माझा जीव?"

"अरे धन्ना.... त्यासाठीच तर केला अट्टहास! सगळं काही अगदी वेळेत होतंय. काळजी अजिबात नको. त्या डॉ. देशपांडेंचे आभार मान ज्यांनी एका सांगण्यात तुझी appointment केली. नाहीतर ६ महिने तु काय केलं असतंस?" स्तंभित होऊन जिग्नेश हे सगळं ऐकत होता.

"अंकल, होने का रहा तो सब कुछ सही ही होता, है ना?"

"एकदम दुरूस्त. धन्नासेठ, एक गोष्ट मात्र मान्य करावीच लागेल, तु लय नशीबवान आहेस. हाय का न्हाई?" अण्णा हसत बोलत होते, "तुझं आयुष्य चौसरसारखं आहे बघ. तुझं दान योग्य पडतं आणि प्रत्येक वेळी तुझी सरशी होते. सोंगट्या यशस्वी रित्या पुढे सरकतात.... विजयाकडे."

Blood grouping cross matching अगदी favourable होते, tissue matching व इतर tests चे reports ७ दिवसांनंतर मिळणार होते. तुर्तास दोघांचेही रक्त match झाले होते ही जमेची बाब होती.

"सेठ धनपतराय, तुम्ही आजच तुमचं dialysis आटोपून घ्या. इथंच थांबा. कारण पुढच्या आठवड्यात सर्व reports मिळतील. त्यानुसार transplant surgery plan करू." डॉ. शहा म्हणाले.

४-५ तास चाललेल्या dialysis नंतर धन्नासेठला सुट्टी मिळाली. आजचा दिवस फारच हेक्टिक होता. साठवणेंच्या हॉटेलवर पोहोचेपर्यंत चक्क रात्रीचे दहा वाजले होते. जिग्नेश वेळोवेळी सर्व updates घरी कळवित होता.

"काय जेवणार धनपत, अण्णा आज?" साठवणेंनी विचारले.

"Renal diet धन्नासेठसाठी. मला काहीही खाऊ घाल."

"एखादा छोटा चालेल?" छोट्या पेग बद्दल साठवणे बोलत होता.

"आज नको. आता धन्नासेठ फिट झाला की मनवायचे."

तिघेही अतिशय साधे जेवण जेवले. परत ३ दिवसांनंतर dialysis ला जायचे होते. कोल्हापूरहून एक दिवस नरवाडे भेटून गेला. देवयानी फोनवर रेग्युलर updates घेत होती. गायत्रीला फोन करून अण्णांनी सर्व घडामोडी सांगितल्या. सगळं ऐकून ती stunned झाली होती. किती fronts वर अण्णा लढाई खेळत होते?.... त्यांना झेपेल का हे सर्व? असे अनेक प्रश्न तिच्या मनात आले होते. कधी नव्हे ते आज

प्रथमच अरविंद देखील बोलला. सानिकाने हे सगळे बोलणे ऐकले व त्वरीत आनंदाच्या कानावर घातले. Bombay Group च्या दोन व्यक्तींबद्दल अशी वेळ येते याचं त्याला आश्चर्य वाटले होते. अण्णा एकदम धष्टपुष्ट माणूस होता त्यामुळे सगळं त्यांना सहज झेपेल अशी त्याची खात्री होती.

आठव्या दिवशी सर्व reports घेऊन अण्णा, धनपत, जिग्नेश डॉ. शहांकडे पोहोचले. "हं...." लांब उसासा सोडत ते म्हणाले, "सगळे reports अगदी favourable आहेत. आपण ऑपरेशन करूया लवकर. तोच एक सुटकेचा मार्ग दिसतोय. तुम्ही दोघेही Physician's fitness करून या. Blood relations चे Blood Group नव्याने confirm करा, एकही Bombay Group miss व्हायला नको. ४ दिवसांनंतरची तारीख चालेल?"

"अगदी चालेल" अण्णा म्हणाले.

सर्व बातमी अण्णांनी डॉक्टर देशपांडेंच्या कानावर टाकली.

"मित्राला संकटातून सुटका करण्याचे श्रेय मिळणार कॅप्टन तुम्हाला. फार मोठे पुण्यकर्म करताहात तुम्ही. तुम्ही नक्कीच यशस्वी व्हाल. माझ्या माहितीनुसार अशी घटना पहिलीच असावी. मी आनंदच्या कानावर टाकतो सगळ वृत्त. इतक्यात येणार होता तो भारतात, ठीक आहे कॅप्टन. All the best to you all. Keep communicating. मी डॉ. नरेश सोबत बोलून घेतो. बाय," Physicians कडून दोघांचाही फिटनेस झाला. म्हणजे अगदी वेळेतच सगळं होतंय... सगळं चांगलच होणार... अण्णा विचार करीत होते. आयुष्यात कधीही दवाखान्याची पायरी न चढलेले अण्णा आता एकदम kidney डोनेट करणार होते.

जिग्नेशने सर्व advance payments manage केले होते. सगळे आप्तेष्ट जमा झाले होते. ऑपरेशनच्या आदल्या दिवशी दोघांनाही admit करून घेतले. काही tests परत केल्या गेल्या. अनेक

specialists तपासून गेले. ऑपरेशन साठी खास गायत्री व सानिका आल्या होत्या. आजच आनंद देखील येणार होता. दामोदर, सुधाकर बायकांसहित हॉटेलमध्येच उतरले होते. देवयानी देखील साठवणेंच्याच हॉटेलमध्ये उतरली होती. दुसऱ्या दिवशी ऑपरेशन व्हायचे होते.

"अण्णा, तुम्ही बोल्ड आहात पण एकदम इतकं बोल्ड पाऊल कसं काय उचलावे वाटले तुम्हाला?" गायत्री विचारत होती.

"तुम्ही आपल्याच flat वर उतरलात की साठवणेंच्या हॉटेलमध्ये?" अण्णांनी विषय बदलला.

"साठवणेंचा निरोप दिला आनंदने त्यांच्याकडे उतरण्याबद्दल, छान हॉटेल आहे. खूप दिवसांनी चंदा, प्रमिलाची भेट झाली. सगळे एकत्र असल्यामुळे धीर येतो अण्णा."

"काळजी करू नका, एकदा धनपत अंकलला हॅलो म्हणून घ्या." अण्णा.

"Best of luck अण्णा," अण्णांचा हात हातात घेत सानिका म्हणाली. "You are the best fighter. You will make it well अण्णा, I am sure. All the best once again" सानिका म्हणाली.

"अण्णा, Best of luck!" आनंदने मागून आवाज दिला.

"धीर आला बघ आनंद तुला बघून, तुझ्या प्रोजेक्टचे आम्ही दोघे पहिलेच लाभार्थी! काय योगायोग आहे, नाही?" अण्णा बोलले.

"Now you need not worry about anything as I am here. I will supervise everything now. Just don't worry. आता तुम्ही आराम करा. उद्या operation आहे, आम्ही सगळेच असू इथे. Ok? बाय अण्णा!"

अण्णांना Goodnight करून सगळे खाली lobby मध्ये आले. अण्णा, धनपतराय परिवाराची गर्दी झाली होती. जेवण करण्यासाठी

सगळे हॉटेलकडे रवाना झाले. धनपतवर काही procedure सुरु असल्याने गायत्रीची भेट होऊ शकली नाही.

Bombay group मध्ये Kidney Transplant होण्याची पहिलीच घटना असावी. पत्रकार व मिडीयाच्या लोकांनी गर्दी केली होती. सकाळी ९-०० वा. पहीले अण्णांना O.T. मध्ये नेले. त्याच्या २ तासांनंतर धनपतसेठला आत नेले. दुपारी १ वाजता अण्णांचे ऑपरेशन सुरळीत पार पडले. त्यांना ICU मध्ये नेण्यात आले. धनपतसेठचे operation ४ वाजता यशस्वीरित्या पार पडले. अण्णांच्या बाजूलाच धनपत होता. गायत्रीने परवानगी काढली, व चेंज करून ती ICU मध्ये आली. अण्णा शुद्धीवर आले होते. गायत्रीचा हात त्यांनी धरून ठेवला होता. काहीच बोलणे सुरु नव्हते. अण्णा अगदी stable होते. गायत्री धनपतअंकलकडे वळली. Monitor वर ते अगदी stable होते. नवीन kidney चे function सुद्धा व्यवस्थित सुरु होते. अद्याप ते शुद्धीवर आले नव्हते.

पाचव्या दिवशी अण्णांना सुट्टी देण्यात आली. त्यांची तब्येत उत्कृष्ट होती. गायत्रीने त्यांना सरळ हॉटेलवर नेले. त्यांची औषधे फार तर १ आठवडा चालणार होती. एक दिवस वेळात वेळ काढून गायत्री व सानिका धनपतअंकलला भेटायला गेले. धनपत पूर्ण शुद्धीवर होता. त्यांनी गायत्रीला ओळखले. सानिकाने ओळख करून घेतली. “कसे आहात अंकल?”

“मी बरा आहे. इतक्या मोठ्या ऑपरेशन नंतर वर जातो की काय असं वाटतंय. मी जिवंत आहे हे माझंच मन स्वीकारत नाहीये. जगलो का मी?”

“एकदम ठणठणीत आहात तुम्ही. वर जायचे विचार काढून टाका. तिकडे सध्या नंबरच लागत नाही बघा. २५-३० वर्षांची तरी waiting list आहे. त्याबद्दल विचार करणं सोडून द्या. आता वजन थोडं जास्त आहे, ते कमी झालं की तुम्हाला confidence येईल अगदी खुलं जगण्याचा, मुक्त जीवनाचा,” सानिका.

"तु तर अगदी फिलॉसॉफर सारखी बोलतेस बघ. माधवचे जीन्स आले तुझ्यात..." हसत धनपत म्हणाला. मागून आनंद सगळं ऐकत होता.

"काका, एकदम ओके...?" आनंदने विचारले.

"बस... तूच सांग मी कसा आहे?"

"मी सुधाकर गावंडेंचा मुलगा. तुमची तब्येत बघायला आलोय."

"सुधाकर दिसला नाही, बाकीचेही आहेत का इथं?"

"सगळे इथेच आहेत. तुम्ही झोपला असताना भेटून गेले."

"तु कधी आलास? तुझा जॉब ठीक सुरू आहे?"

"हो. मला अनायसे यायचंच होतं भारतात. इथेच काम होतं म्हणून आलो."

सानिकाने आनंदच्या जॉब बद्दलची माहिती अंकलला दिली. तिला आनंदबद्दल इतकी माहिती असल्याबद्दल गायत्रीला आश्चर्य वाटलं. तिने गायत्रीशी व पण आनंदची ओळख करून दिली. तिथे अंकलचा निरोप घेऊन तिघेही खाली आले. कॅन्टीनमध्ये गेल्यावर एका टेबलवर जिग्नेश एकटाच बसलेला दिसला. त्या टेबलकडे तिघेही वळले.

"जिग्नेश भाई... हॅलो... कसा आहेस तू?" गायत्रीने विचारले.

"आओ... आओ... बैठो. आप जाकर आयी राऊंड पे? कैसी है पापा की तबियत?"

"एकदम सही है. नई किडनी अच्छा काम कर रही है. धीरे धीरे जैसे ही किडनी अपना काम पुरी तरह से करने लगेगी... दवाईयां इतनी ढेर सारी धीरे धीरे कम हो जाएगी. वजन कम होना बहोत जरूरी है. Nutritionist वो काम भी कर लेगे."

“बहुत अच्छी जानकारी दी मॅडम आपने. ऐसा ही होनेको होना. माधव अंकलजी से आज मिल नही पाया. How is he?”

“अच्छे है. फिलहाल कोई तकलीफ नहीं है.”

“गुड... और कितने दिन रुकना होगा हमे? घर जाने का मन हो रहा है.”

“बस, कुछ ही दिनों की बात है. बाद में precautions तो साल भर लेनी ही पड़ेगी. सारी चिजे लिखकर मिलेंगी आपको.” जिग्नेश थोडा खुश दिसला. तिकडून देवयानी देखील जॉईन झाली या सर्वांना. गप्पा खूप रंगल्या होत्या. Speaker वरून announcement होत होती.... “धनपतराय शहांकडील मंडळींनी Payment counter ला यावे.” कुठलाही विचार न करता देवयानी तडक गेली व complete payment करून आली.

“जिग्नेश... आता कुठलेही Payment करायची गरज नाही. All paid.” देवयानी म्हणाली.

“मै उसी काम से तो आया था. आप बताईये कितनी amount भरी आपने?”

“मैं ले लुंगी धनपतसे. तु फिकर मत कर.” एका प्रचंड खर्चाची जबाबदारी देवयानीने अगदी सहजतेने उचलली होती. चहा-नाश्ता घेता घेता बऱ्याच गोष्टी झाल्या. गायत्रीने डिस्चार्ज नंतर काही दिवस इथेच रहावे अशी सूचना दिली. “अंकल चांगले settle झाले की मग नेता येईल त्यांना घरी,” असे देखील सांगितलं.

“त्या साठवणेंना तर अगदी जीवावर उदार होऊनच काम करावे लागत आहे. बिचारा.... कंटाळला असेल एव्हाना आपल्याला.” देवयानी म्हणाली.

“जीवावर उदार झालेत का नाही ठाऊक नाही, पण जीवाला जीव देणारी माणसं मी प्रथमच पाहतोय.... That’s great!” आनंद म्हणाला.

आणि अगदी खरे बोलला तो. ह्यांचेच तर संस्कार होत असतात आपल्यावर, विशेष करून लहानांवर. सानिका विचार करीत होती. ह्यांच्या पासून किती शिकण्यासारखं आहे? अगदी आयुष्य समृद्ध होण्या इतकं!

आणखी तीन दिवसांनंतर अण्णांचे चेक अप झाले. नंतर ते घरी जाऊ शकतात व normal life जगू शकतात असं डॉ. नरेश शहांनी सांगितले. त्याच दिवशी धनपतला पण सुट्टी देण्यात आली. Specialist कडून सगळ्या सूचना देण्यात आल्या. काही दिवस मुंबईतच राहणे भाग होते त्यांना. पुन्हा एकदा सुधाकरच्या ten sitter मधून बस प्रवास सुरू झाला. अण्णा एकदम fit होते, त्यांना कोणतीही medicine सुरू नव्हती. गायत्री होतीच त्यांची काळजी घ्यायला. आनंद सानिका मागल्या सीटवर गप्पा गोष्टी करण्यात व्यस्त होते. सुधाकर, दामोदर बबलू ड्रायव्हरला बोलते ठेवत होते. चंदा प्रमिला गेल्या गेल्या काय काय काम करायची याची मनातल्या मनात यादी तयार करीत होते. किती भर्रकर दिवस निघून गेले होते. गेल्या ८-१० दिवसात फारच हेक्टिक कामे झाली होती. सगळ्यात महत्त्वाचं म्हणजे धन्नासेठला जीवनदान मिळाले होते.

भगत व वाघमारे दामोदर, सुधाकरच्या फोनवर अपडेटस् घेत होते. चंदाने काही जरुरी सामान वाघमारेला आणून ठेवण्यास सांगितले. सगळे रात्री उशिराच पोहचणार होते. अरविंद, ग्रेसीने गायत्रीला फोनवर सगळं सांगण्यास भाग पाडले. तिकडे सर्व क्षेम कुशल होते. गायत्रीने हॅरीला दोघांवरही लक्ष देण्यास सांगितले. अण्णा डोळे बंद करून कसला तरी जप करीत होते. आनंद सानिकाच्या गप्पा संपता संपत नव्हत्या.

रात्री अडीच वाजता बबलूनं बस अण्णांच्या घरासमोर उभी केली. कुणाचीही मदत न घेता अण्णा बसमधून खाली उतरले. भगतने एक मोठा हार घालून अण्णांचे स्वागत केले. वाघमारेने घर उघडून सामान साहित्य आत ठेवले. चंदा प्रमिलाने पटपट घर आवरले. सुधाकरच्या

care taker ने टफीला आणून बांधले. भुंकून भुंकून उड्या मारून त्याने अण्णांचे स्वागत केले. अण्णा बराच वेळ त्याचा लाड करून कुरवाळत होते. “सगळे आत या व बसा”.... अण्णांच्या हुकुमाने सगळे आत गेले.

“अण्णा, तुम्ही आराम करा ना. ८-१० तासांचा प्रवास झाला आहे. अकडून गेला असाल.” गायत्रीने समजावले.

“झोपायचंच आहे आता. बसु सर्वांसोबत आपल्या घरी. घरात आल्या सारखं तरी वाटलं पाहिजे नां...?” अण्णा.

मुंबईतील सर्व क्षण आठवले गेले. “साठवणे बुवांची तर कमालच झाली हो! इतक्या लोकांचा खर्च झेलला त्यांनी.” दामोदर म्हणाला.

“शेवटी मित्र कुणाचा? अण्णांचाच नां!” टेबलवर गरमागरम कांदे पोहे, गरम टोस्ट व गरमागरम drinking chocolate ठेवत चंदा म्हणाली. सर्वजण कांदे पोह्यांवर तुटून पडले. आनंद सानिका बाहेरच टफी पाशी बोलत होते. चंदाने त्या दोघांनाही आत बोलावले. टफीला दूध पाजले. Hot chocolate घेतांना परत गप्पा सुरु झाल्या. रमाच्या फोटोकडे बघत अण्णा Hot chocolate पित होते. “चला, आवरा आता, झोपा आता घरी जाऊन. मी उगाचच तुमचे आभार मानत बसत नाही. चला, गुडनाईट.” अण्णांच्या सांगण्यानुसार सगळे उठले व आपापल्या घरी गेले. अण्णांची सोय करून गायत्री व सानिका त्यांच्या बेडरूम मध्ये झोपायला गेल्या. “मम्मा, डॅडी काय करतोय बघ ना? त्यांना सांग आपण सुखरूप पोहचल्याचं,” सानिकाने असे म्हणताच गायत्रीने अरविंदला फोन लावला. हॅरी सोबत अरविंद चर्चा करीत होता. एका वर्षात kidney surgery त्याने अनुभवली असल्याने अण्णांसाठी काही बहुमोलाच्या सूचना दिल्या. हॅरीने “All well here, not to worry” असा निरोप सांगितला. गायत्रीला ते ऐकून फार बरे वाटले. सानिका तिच्या डॅडींशी बराच वेळ बोलली. आज दोघांनाही झोप येत नव्हती. बस जर्नी मध्ये आनंदशी काय काय बोलणं झालं ते ती मम्माला सांगत होती.

सकाळी साईट वर जाते वेळी सुधाकर, चंदा व आनंद तिघेही घरी आले. "गायत्री... अण्णांना site वर कधी नेता येईल?" सुधाकरने विचारले.

"तसे ते फीट आहेत. पण चढ, उतार, उचल खाचल असं कुठलंही exertion व्हायला नको. अगदी एका जागी कार मध्ये फेरफटका मारल्यास ठीक होईल. चालेल काका तुम्हाला?"

"बरं... मी संपूर्ण Construction Campus त्यांना कारमध्ये बसवूनच दाखवतो. चालेल ना मग?" सुधाकर म्हणाला.

"आम्ही पण येतो Site बघायला," एकाच वेळी सानिका व आनंद म्हणाले.

"अग तु इथं site बघायला आलीस का. अभ्यास कर. तुझा रूटीन अभ्यासच कर घरी. इतक्यात बरंच दुर्लक्ष झालंय," गायत्री.

"गायत्री" सुधाकर म्हणाला, "अग फक्त तासाभराचाच प्रश्न आहे. मी घेऊन येतो त्यांना लवकर घरी. मग अभ्यास कर म्हणावं." गायत्री त्याला नाही म्हणू शकली नाही. तिला अण्णांचीच काळजी होती.

अण्णांना वाटेल तितक्या सूचना देत गायत्रीने मोठ्या मुश्कीलीने त्यांना जाऊ दिले. अण्णांना सगळा develop झालेला Campus बघून आनंदही झाला आणि आश्चर्य देखील. दोन वर्षात सगळे apartment अतिशय सुंदर रित्या बांधणं सुरु होतं. आनंद व सानिका खाली उतरून सगळा Campus बघण्यात व्यस्त होते. एका भल्यामोठ्या उंच कमानी पाशी सुधाकरने त्याची गाडी पार्क केली होती. गाडीतूनच कमान बघत अण्णांनी विचारले "ही मेन एन्ट्री आहे वाटतं." सुधाकर मानेनेच 'हो' म्हणाला. त्या अफाट टाऊन शीपची अण्णांनी खूप तारीफ केली. गेटच्या समोरच एक मोठं टाकं होतं ज्यात कारंजे लावले होते. Entry, exit चे दरवाजे दोन्ही बाजूला होते. "तुझ्या टाऊन शिप साठी राखणदार लागला तर मला सांग. माझ्याकडे माझी गन पण आहे. फार उपयोगी पडेल बघ मी तुला!"

अण्णांच्या बोलण्यावर सुधाकर जोराजोरात हसत सुटला. आनंद व सानिका बिल्डिंगची फोटोग्राफी करण्यात व्यस्त होते. बराच वेळ ती दोघे बोलत होती.

“ह्या दोघांच छान पटतंय बघ एकमेकांशी.” अण्णा.

“दिसतंय तसंच. चर्चेचे विषय देखील सारखेच आहेत ना अण्णा. बस मध्ये सुद्धा अशीच चर्चा करत होते दोघंही.... अगदी अकोला येई पर्यंत!” सुधाकर.

“कधी जायचा आहे आनंद?”

“आहे दोन-तीन दिवस. गायत्री सानिका कधी जाणार आहेत?”

“मला exactly माहित नाही; पण काय करतील आता इथं राहून! जातील लवकरच. मी settle लवकर झालोय ना; जातील मग लवकर.” सुधाकरने आनंदला हाक मारून परत चलण्याचा इशारा केला. तासाभराच्या आतच ते घरी पोहचले. आनंदसह सुधाकर त्याच्या घराकडे वळले. किती छान Township आहे यावरच गायत्री व सानिका संवाद साधत होती. मनाई करून देखील अण्णा एकटेच हळू हळू चालत मारुती मंदिरापर्यंत जाऊनच आले. “मला बघायच होतं की मला पहिल्यासारखे चालता येते की नाही.” अण्णा म्हणाले. गायत्री काही एक बोलली नाही. “चला... चहा नाश्ता तयार आहे. तसेच गेलात तुम्ही.” गायत्री.

“मला तर खूप आवडले ते flats. किती छान construction आहे.” सानिकाच्या बोलण्यावर लगेच अण्णा म्हणाले, “मग राहते का इथं? इथंच शिकून मोठी हो. सगळी व्यवस्था आहे इथे.” त्यावर सानिका काहीच बोलली नाही. इथे future नाही... तिकडे जास्त scope आहे हे तिला चांगलं ठाऊक होतं. अण्णांसाठी Soft diet म्हणून गायत्रीने उपमा केला होता. चहा नंतर गायत्रीने अण्णांना एखादी बाई स्वयंपाकासाठी ठेवून घेण्यास सांगितले. “बघू” म्हणून त्यांनी मोघम उत्तर दिले. थोड्याच वेळात चंदा आल्यावर तिला

देखील एखादी बाई बघण्यास गायत्रीने सांगितले. तसेच "आज तु राहू दे; मी करते स्वयंपाक" असे म्हणून चंदाला परत पाठवले. ते बघून अण्णांना राग आला.

"कां त्रास करून घेते तु? तु गेल्यावर तीच तर करते घरचं सगळं काम. अशाने संबंध खराब होतील आपले."

"अहो अण्णा; मुळीच त्रास करून घेऊ नका. एखादेवेळीसच तर मला वाटतं स्वयंपाक करावा. मग...?" यावर अण्णा काहीच बोलले नाही. त्यांचा अबोला जणू त्यांना राग आला असेच सांगत होता. ग्रेसी प्रकरणानंतर ती अशी शंकाखोर होणं स्वाभाविकच होतं. जेवताना कुणीच कुणाशी बोलत नव्हते. गायत्रीला तिची चूक लक्षात आली. अशीच शंका सानिकाने देखील मागच्या वेळेस बोलून दाखविली होती. चंदाला पर्याय नव्हता. शुद्ध अंतःकरणाने ती अण्णांकडे जायची व काम करायची. तिला अण्णांची काळजी वाटत होती.

संध्याकाळी गायत्री एकटीच चंदाकडे गेली. आनंद तयार होऊन बाहेर पडत होता. सुधाकर यायला अवकाश होता.

"थोड्यावेळात घरी आलीस तरी चालेल. सकाळी मलाच स्वयंपाक करावा वाटला म्हणून तुला परत पाठविले. Sorry त्याबद्दल. आता काय करतेस तु?"

"कांही नाही... माझा स्वयंपाक just आत्ताच झालाय. आणि मी येणारच होते. अण्णांना चिकन चालेल कां?" चंदाने विचारले.

"चिकन सूप ला हरकत नाही. बाकी soft-diet."

सोबत चिकन pack करून गायत्री व चंदा अण्णांकडे पोहचल्या. सानिका, गायत्री साठी त्यांनी आवडणारे वऱ्हाडी चिकन पण भरपूर आणले होते. टफीला त्याचा सुगावा लागताच तो आनंदाने ओरडू लागला होता. आत मध्ये अण्णा एकटेच T.V. बघत होते.

"सानिका कुठं आहे?" गायत्रीने अण्णांना विचारले.

"ती आणि आनंद गेलेत गावाचा फेरफटका मारायला माझी बुलेट घेऊन." अण्णा म्हणाले. त्यांचं छान गुळपीठ जमलेलं बघून गायत्री थोडी काळजीत पडली. पण आनंद एक चांगला सज्जन मुलगा असल्याने कुठलीही काळजी नव्हती.

"काय स्वयंपाक केलाय चंदा? मला आज काहीतरी चटपटीत मसालेदार खावेसे वाटतंय." अण्णा.

"अण्णा... only soft-diet. आज फारफार तर चिकन सूप मिळेल... तेही limited." गायत्री म्हणाली.

"पण मला तर चिकन वऱ्हाडीचा वास येतोय... त्याच काय?"

"ते आम्हा सर्वांसाठी आहे."

"कमाल करता तुम्ही?... अरे माझ्या operation ला चक्क महिना झाला आहे आता. पुष्कळ झालं पथ्य."

"अण्णा... total six weeks you have to wait."

"म्हणजे अजून पंधरा दिवस? माझी तब्येत खालावेल या-या तुमच्या पथ्यानं. लागेल तर मी माझा व्यायाम सुरु करतो उद्यापासून."

"Not allowed. अण्णा, थोडं सबुरीनं घ्या. चंदा... आपलंच चुकलं आपण चिकन आणलं. अण्णा... Sorry for that."

"बरं बरं... आणखी किती दिवस मुक्काम आहे तुमचा? नाही, सहज आपलं विचारतो. सानिकाच्या अभ्यासाकडे दुर्लक्ष नको व्हायला."

"तुम्ही विचारलंत म्हणून सांगते. २ दिवसांनंतर आमची flight आहे. एक पंधरा दिवस फक्त.... फक्त १५ दिवस पथ्य सांभाळा अण्णा, व्यायाम मात्र झेपेल तेवढाच करा. फार उचल खाचल, weight lifting टाळाच. You can walk if you feel like exercising. टफीला नेत जा सोबत. एक बरं तुम्हाला कुठला आजार नाही आणि ना ही कुठलं medicine सुरु आहे."

“तेच म्हणतो मी. माझी तब्येत उत्तम आहे. खाऊपिऊ द्या मला.”

“पिणं तर अजिबात नको. वाट लागतेय त्यानं लोकांची.”

“इतके टक्के टोणपे खाल्ल्यावर गायत्री आता तर तु शांतपणे वागायला हवी. किती चरफड ही बोलण्यात, सगळं चांगलं चाललंय ना आता? मग बस, खाओ पीओ मजा करो. “हो कि नाही चंदा?”

“अण्णा... सगळेच तुमच्या सारखे नसतात. आणि गायत्रीचं तरी काय चुकलंय? तिच्या दृष्टीने ती बरोबरच आहे” चंदा म्हणाली.

“अग आता माझे परत जायचे दिवस आलेत आणि हे असं बोलतात.”

“मी काहीही चुकीचं बोललो नाही. बरं मला सांग तुझं सानिकाचं तिकिट काढावं लागेल ना मुंबईचं!” बाहेर फटफटी थांबल्याचा आवाज आला. आनंद व सानिका आत आले.

“अण्णा, त्याची काळजी नको. आम्ही तिघेही एकत्रच जाणार. वाघमारेला तिकीट सांगितली आहेत. आमच्या flights देखील एकाच दिवशी आहेत.” आनंद म्हणाला.

“चंदाने काही सांगितलं नाही असं.”

“अण्णा, मला वाटलं आल असेल तुमच्या कानावर" चंदा.

“चला, म्हणजे आता तिकीटं होतील, flights book आहेत आणि परवा तुम्ही जाणार? पण गायत्री, आता जायलाच हवं तुम्हांला. तिकडे अरविंद एकटा आहे, सानिकाच्या अभ्यासाचं रुटीन सुरु करायचं आहे. आता मी अगदी ठीक आहे. काळजी घ्यायला आहेत माझे सोबती. तिकडे पोहोचल्यावर कळव अरविंद कसा आहे ते. भरकन दिवस निघून जातात बघ.”

“अण्णा, तिकडची काळजी करू नका. तुम्ही तब्येतीला मात्र जपा. सगळ्या सूचना तुम्हांला दिल्या आहेत. बरं ज्यांना तुम्ही किडनी दिली ते धनपतकाका कसे आहेत? काही कळलं का?”

“अग परवाच बोललो मी त्यांच्याशी. तब्येत अगदी उत्तम आहे म्हणाला. पाच-दहा किलोने वजन सुद्धा कमी झालंय त्यांचं. जिग्नेश, हंसा चांगली काळजी घेतात म्हणाला. औषध, पथ्य पाणी, नियमित तपासण्या सगळं पद्धतशीर सुरु आहे म्हणाला. तुझी, अरविंदची खूप आठवण काढली.”

धनपतचं सगळं ठीक होतं. १५ दिवस मुंबईत राहून ते अहमदाबादला परतले होते. देवयानी त्यांच्या संपर्कात होतीच. त्यांचा बिझनेस जोरात सुरु होता. बरेचसे Diversification झाले होते बिझनेसचे. धनपतराय ग्रुप ऑफ इंडस्ट्रीजचे नवीन नामकरण करण्याची वेळ आली होती. माधवला विचारून सगळं ठरवू असं पक्क झालं होतं. वर्षभरानंतर ह्या सर्व गोष्टी होणार होत्या.

आज संध्याकाळी अण्णांच्या घरचे पाहुणे परत जाणार होते. अण्णांकडेच शाही लंच अरेंज केला होता. गायत्री, चंदा स्वयंपाकात बिझी होत्या. आनंद सानिका गप्पा करत बसले होते. त्यांचे विषयच संपत नव्हते. दोघेही एकमेकांना बोलते ठेवत होते. त्यांची जमलेली wave length अण्णांच्या, चंदाच्या व गायत्रीच्या पण लक्षात आली होती. असल्या attachment मुळे शिक्षणात बाधा येऊ नये एवढीच गायत्रीची इच्छा होती. तेवढ्यात सुधाकर त्याच्या कामावरून अण्णांकडे पोहोचला.

“नमस्कार अण्णा, सुग्रास अन्नाचा सुवास दरवळतोय सगळीकडे,”

“काय उपयोग त्याचा! मला चटपटीत अन्न खाण्यास मनाई आहे, व्यायामाला मनाई आहे. काल चिकन ऐवजी मला फक्त चिकन सूप दिलं.” सुधाकर हसायला लागला. “अण्णा, ८-१० दिवसांचा तर प्रश्न आहे. मग हळू हळू पथ्य कमी करा. नंतर सगळं काही खाता येईल बघा.”

“बरं, काम कसं काय चाललंय Site वर?”

“मस्त. आता पहिले तुमच्या flat ला model flat बनवतोय. लोकांना आकर्षण म्हणून. होतंय सगळं काम माझ्या पद्धतीने, अगदी समाधानकारक.”

"तुझा flat आहे की नाही तिथे? असू दे एक... राहत जाऊ आपण कधी कधी तिथे.... Home away from home म्हणून."

"हरकतच नाही. ठेवलाय एक flat मी माझ्यासाठी."

"हे चांगलं झालं बघ. जेवणाआधी चालेल एक छोटा?"

"असू द्या, त्यात तुम्हाला मना आहे ना–मग पुढे कधीतरी बघू, पथ्य पाणी संपल्यावर... ते देखील डॉक्टरांच्या परवानगीने."

"रुक्ष झालंय बघ जगणं. मी कधी कुठल्या गोष्टीसाठी आहारी नव्हतो गेलो. पण आता या पथ्यानं चैनीत जगणं संपल्यात जमा झालं बघ."

"काही एक संपलं नाही अण्णा," सानिका म्हणाली, "सुधाकर काकांनी सांगितलंच ना फक्त ८-१० दिवसांचाच प्रश्न आहे म्हणून? मग? Take it easy अण्णा. Life will be beautiful after eight days; take it from me."

"आस्स म्हणतेय पोरी! मग करतो सहन सगळं."

"That's like अण्णा. I like it" हसत सानिका म्हणाली. आनंद स्मित हास्याने सर्व गोष्टींचे अवलोकन करीत होता.

"Packing आटोपले कां तुमचे? वेळेवर धावपळ नको." अण्णांनी विचारलं.

"कालच झालंय. आता फक्त गाडीत बसायची देरी." गायत्री.

"तुझं झालंय का रे आनंदा!"

"हो अण्णा. झालंय." आनंद.

"माझ्या फॉर्च्युनर मधून जावू आम्ही अण्णा. तुम्ही तसदी घेवू नका." सुधाकर.

"जशी तुमची इच्छा. सांभाळून जा रे पोरांनो" अण्णा.

जेवण उत्तम झाले होते. गप्पा गोष्टींना नुसता ऊत आला होता. जेवणानंतर अण्णांनी डॉ. देशपांडेंना फोन केला व प्रकृती उत्तम असल्याचे सांगितले. मी येईन भेटायला असं डॉ. देशपांडेंनी कळविले व सर्वांना प्रवासाच्या शुभेच्छा दिल्या. अण्णांनीही त्यांचे आभार मानले. धनपतचे ऑपरेशन अगदी वेळेत त्यांच्यामुळेच शक्य झाले होते. संध्याकाळी सुधाकरच्या गाडीने सर्व मंडळी रेल्वे स्टेशनवर रवाना झाली. गाडी दिसेनाशी होईपर्यंत अण्णा फाटकावरच उभे होते.... अगदी एकटे! त्यांच्या येण्याने काही काळ अण्णा अगदी family man होवून गेले होते. रमाच्या फोटोकडे बघत एका जागी ते बसले होते. आता तिच्यासमोर मांडण्यासारखं गाऱ्हाणं देखील त्यांच्याकडे उरले नव्हते. सगळं काही ठीक सुरु असल्याने व मुख्य म्हणजे धनपतला दिलेली किडनी पूर्णपणे कार्यक्षम असल्याने अण्णा एकदम खुश होते. आनंद व सानिका मधील develop झालेली chemistry बघून नकळत अण्णांच्या चेहऱ्यावर हसू उमटले. त्या दोघांची मैत्री त्यांना मंजूर होती.

तिसऱ्या दिवशी गायत्री सानिका सुखरूप घरी पोहोचल्याचा अरविंदचा फोन आला. त्याची तब्येत उत्तम होती पण immune suppressants सुटणार नव्हती. कायम मास्क घालून तो काम करायचा, वावरायचा. हॅरी, ग्रेसी सोबत त्याची मैत्री अधिक दृढ झाली होती. सानिका तिच्या अभ्यासात बुडून गेली. गायत्रीचे हॉस्पिटल रुटीन लगेच सुरु झाले होते. सुधाकरचे बांधकाम प्रोजेक्ट जवळ जवळ पूर्णत्वाला गेले होते. दामोदर-प्रमिलाने देखील एक छोटा flat त्या housing society मध्ये बुक केला होता. धनपत हळू हळू कामात लक्ष देवू लागला. त्याच्या Business चे diversification प्रचंड स्वरुपात झाले होते. देवयानी देखील मजेत होती. मकरंद, मनिषाने वेळात वेळ काढून गायत्री अरविंदशी ओळख करून घेतली व monthly get-together चे आश्वासन दिले.

स्टेशन वरून पाहुण्यांना रवाना करून सुधाकर व चंदा अण्णांकडे आले. "अण्णा... संध्याकाळी आमच्याकडे या जेवायला." सुधाकर

म्हणाला. आनंद परत गेल्याने चंदा थोडी नाराजच दिसत होती. "हो... येतो की, मला म्हाताऱ्याला काय काम?... नक्की येतो. या... घरात तर चला. आपण चहा घेवू." सुधाकर चंदासाठी आज अण्णांनी चहा तयार केला. चहा घेताना सुधाकर रमाच्या फोटोकडे बघत बसला होता. त्याला बहुधा जुने दिवस आठवत असावेत. रमाकडून चंदाने फक्त स्वयंपाकच नव्हे तर सगळी दुनियादारी शिकली होती. त्या कुटुंबावर एक उत्कृष्ट संस्कार झाला होता. म्हणूनच त्यांचा आदरभाव कायम होता.

"चौथं वर्ष आहे ती आपल्यात नसण्याला," अण्णा सांगत होते, "पण एकही म्हणजे एकही दिवस मला एकटे वाटले नाही. अजूनही वाटते ती इथेच आहे; छोट्या आनंदला अभ्यास शिकवताना दिसते, त्याचा खूप लाड केला तिने." चंदाच्या डोळ्यांमधून नकळत अश्रू वाहू लागले. "ती गेल्यावर तर तुम्ही दोघेच माझं सर्वस्व होवून बसले. मजेत ठेवलं मला. त्या रमेचा आशीर्वाद आहे तुमच्यावर."

"अण्णा, दिसते का ती कधी तुम्हाला?" चंदाने विचारले.

"प्रत्यक्षात नाही, पण सारखा भास होतो ती अवती भवतीच असल्याचा. स्वप्नात मला अजूनही सूचना देते. काय काय सांगू मी तिच्या बद्दल?" अण्णा –

"फार एकटे वाटले तर या आमच्याकडे रहायला." सुधाकर.

"एकटे वाटतच नाही मला. टफी पण आहे सोबतीला. कटतात दिवस कसे बसे. नाहीतर फोन करत बसतो इकडे-तिकडे."

"एक अत्यंत आदर्शवादी जीवन जगताहात अण्णा तुम्ही. आम्हाला खूप धीर येतो तुमच्याशी बोलून. ह्याला जीवन ऐसे नाव म्हणतात ते हेच." सुधाकर.

"आता काय रडवशील मला?" म्हणून अण्णांनी विषय बदलला. जुने विचार झटका व नवीन कामाला लागा." ते सहज म्हणाले.

एकदा सानिकाचा फोन आला.

"हॅलो अण्णा, कसे आहात? जेवण झालं का?" सानिका

"हो, आत्ताच झालं जेवण. तु कशी आहेस?"

"मी एकदम मस्त. अभ्यास जोरात सुरु आहे. Pre-medical आहे ना."

"शिकून काय बनायचं ठरविलं तु?"

"इतक्यात kidney, kidney and kidney खूप झालंय ना. मी तर Nephrology मध्ये post-graduation घ्यायचं ठरविलं आहे."

"छान. दोन पेशंटस् तर तुझ्याच समोर आहेत" हसत अण्णा म्हणाले.

"मम्मा म्हणते general physician हो... तिच्यासारखं, म्हणजे सगळ्याच branch of medicine शी contact येतो. पण मला super-specialization च करायचं आहे.... तेही फक्त Nephrology मध्ये."

"तुला वाटत ना तु करू शकशील, मग नक्की कर. अभ्यास खूप करावा लागेल कारण competition खूप आहे त्या branch साठी." अण्णा.

"I know अण्णा. But I will make it one day."

"Good. All the best."

"सुधाकर अंकल, चंदाकाकू आले होते?"

"हा काय, त्यांच्याकडूनच जेवून आलोय मी."

बऱ्याच गप्पांनंतर सानिकाने फोन ठेवला. किती गोड मुलगी आहे ही, अण्णांनी विचार केला. राम कृष्ण हरि चा जप करत ते शांत झोपी गेले. दिवसभरातील घटनांचा क्रम कधी कधी झोपेत सुद्धा सुरूच असतो. अण्णांचे तसेच झाले. त्यांच्या स्वप्नात सुधाकर, चंदा, छोटा

आनंद व रमा दिसत होते. रमा आज असती तर किती छान दिवस असते. जगणे किती सुखकर झाले असते. एक दिवस अचानक तिच्या अपघाताची बातमी येते काय.... एका क्षणात सगळं होत्याचं नव्हतं होऊन बसलं होतं. अण्णा दचकून जागे झाले. ते बेडमध्येच उठून बसले. त्यांना खूप घाम आला होता. चेहऱ्यावर पाणी शिंपडून, थोडं पाणी पिऊन त्यांना जरा बरे वाटले. पण डोळ्यांसमोरून रमा जाता जात नव्हती. ते बैठकीत आले. रमाच्या फोटोकडे बघत बसले. रात्रीचे तीन वाजले होते. विषयांतर व्हावे म्हणून त्यांनी चहा केला व परत चहाचे घोट घेत बैठकीत बसले. रमामूळे जाग येण्याची ही काही पहिली वेळ नव्हती. असं अनेकदा त्यांनी अनुभवलं होतं; ते देखील सकाळी ३ च्या आसपास. एकदा सकाळी फिरतांना डॉ. देशपांडेंची भेट झाली.

"Good morning Doctor!" अण्णा.

"Captain, Good morning."

अण्णांनी इकडच्या तिकडच्या गोष्टींनंतर डॉक्टरांशी बोलताना सरळ मुद्द्यालाच हात घातला. रोज रात्री पडणाऱ्या स्वप्नांबद्दल अण्णांनी त्यांना सगळं सांगितलं. डॉक्टरांचा ह्या विषयावर देखील अभ्यास चांगला होता. "अण्णा, असंच माझ्या बाबतीत आजही होतं. मग मी त्यावर बराच अभ्यास केला. रमाताई तुम्हाला contact करू बघताहेत. त्यांना नेमकं काय सांगायचे आहे ते सरळ स्पष्ट दिसणार नाही. विविध अर्थ लावावे लागतात. समजा एखाद्या कुटुंबाविषयी काही दिसत असेल तर त्याचा संबंध आपल्या कुटुंबाशी कसा लावायचा ते समजून घेता आलं पाहिजे. काही संदेश काही संकेत मिळत असतात त्यातून. त्यांच correlation करता आलं पाहिजे आपल्या कुटुंबाशी." काही वेळानंतर डॉक्टर निघून गेले. अण्णा त्यांनी सांगितलेल्या मुद्द्यांवर विचार करू लागले. आज तर स्वप्नात सुधाकर, चंदा, आनंद व रमा दिसले. काय correlation असावे? विचार करत करत ते घरी परतले. डॉक्टर आज घाईत होते म्हणून.... त्यांनीच सांगितलं असतं सगळं. अण्णांनी विचार केला. याचा अर्थ आपल्याला पुन्हा एकदा

डॉक्टरांशी ते फुरसतीत असतांना गाठायचं व सगळा खुलासा करून घ्यायचं त्यांनी ठरविलं.

सुधाकरच्या ड्रीम प्रोजेक्टचे काम जवळपास पूर्णत्वाला पोहचले होते. तिकडे ऑस्ट्रेलियात आनंदचा अभ्यासक्रम पूर्ण झाला होता, त्याला doctor's degree मिळाली होती. सानिकाला मेडिकल अभ्यासक्रमात यशस्वी प्रवेश मिळाला होता. अरविंद, गायत्री मजेत होते. हॅरीचं लग्न ठरले होते. ग्रेसी त्यामुळे खूप आनंदात होती. त्यांच्या weekly get-to-gather मध्ये हॅरीची होणारी बायको स्टेला देखील सामील होत असे. Business management मध्ये पदवीधर असल्याने स्टेला त्यांचा बिझनेस जॉईन करणार होती. धन्नासेठची तब्येत आता एकदमच सुधारली होती. अण्णांनी दिलेली किडनी खूप छान कार्यरत होती. देवयानीचं बारीक लक्ष त्याच्याकडे होतेच. अण्णांना त्यांच्या स्वप्नाचा खुलासा झाला होता. डॉ. देशपांडेंच्या सांगण्यानुसार सुधाकरच्या कुटुंबाचा अनुबंध योग होणार होता. तशी रमाचीच इच्छा होती. ते ऐकून अण्णांना आनंदही झाला आणि आश्चर्यही वाटले.

टेक्सास मधील San Antonio मधील Texas Biomed Research Company मध्ये Biosafety Lab मध्ये Level-4 officer म्हणून आनंदला Job मिळाला होता. दीड तासांच्या अंतरावर आता सानिका व आनंद होते.

अण्णांच्या नावे केलेला 4 BHK model flat सुधाकरने decorate व furnish करून ठेवला होता. त्यामुळे लोकांची ये-जा वाढली होती. त्या हाऊसिंग कॉम्प्लेक्सचे उदघाटन लवकरच होणार होते. अण्णांनीच तसा मुहूर्त काढून दिला होता. तब्बल तीन वर्षांच्या अथक परिश्रमानंतर हा Housing Complex नावारूपास आलेला होता. ठरल्याप्रमाणे गुरुवारी ह्या Complex चे उदघाटन होणार होते. अण्णांचे व सुधाकरचे असंख्य मित्र या कार्यक्रमास हजर होते. नरवाडे, साठवणे तर आलेच होते पण प्रमुख आकर्षण होते धन्नासेठ जे देवयानी सोबत आले होते. त्यांची पूर्ण काळजी देवयानी घेत होती. चंदा सर्व पाहुण्यांची जातीने

चौकशी करत होती. उंच कमानीवरील फित कापण्याचे भाग्य अर्थात अण्णांना मिळाले होते. फित कापल्यावर कमानीवरील पडदा आपोआप दूर झाला. त्या भव्य कमानीवर लिहिलेल्या "रमा माधव हाऊसिंग कॉम्प्लेक्स" नावाने सर्वांचे चित्त वेधून घेतले होते. अण्णांवरील प्रेमाचे ते द्योतक होते. ते सर्व बघून धन्नासेठला सर्वात जास्त आनंद झाला होता. आनंद मात्र या कार्यक्रमाला गैरहजर होता, म्हणून चंदा जरा नाराजच होती. अण्णांच्या नावे केलेला फ्लॅट अगदी बघण्यासारखा होता. तसं करण्यात चंदाची मेहनत दिसत होती. संध्याकाळी सर्किट हाऊस मध्ये सुधाकरने पार्टी ठेवली होती. Happy hours मध्ये अण्णांनी न चुकता धन्नासेठला डॉक्टरांच्या परवानगीनुसार एक पेग व्हिस्की सर्व्ह केली. त्यामुळे धन्नासेठ खुश होता. त्या बहारदार कार्यक्रमानंतर सुधाकरने अण्णांकडे धन्नासेठ व देवयानीला आरामासाठी पाठवले. रात्री तिघेही बैठकीत गप्पागोष्टी करत बसले होते. विषय अर्थात 'रमा' होता. रमाच्या सहवासामुळे व आता आठवणींमुळे सुधाकरने 'रमा-माधव' नाव दिले होते.

"तु खूप पुण्यवान माणूस आहेस माधवा. तुझ्या सहवासात असणारे देखील सात्विक होतात बघ. त्यात अवयव दान करणे म्हणजे अगदी देवत्व प्राप्त करणे होय. तु आधुनिक युगातला शिबी राणाच जणू." धनपत.

"तु काय कमी आहेस धन्ना? अरे माझ्या जावयाला जीवनदान दिलसं तु, (वर बोट करून) तो बघतोय सर्व धन्ना, हो कि नाही देवयानी?"

"माधव, मी देखील नशीबवान की मला तुमच्यासारखे मित्र लाभलेत. धन्य आहात तुम्ही दोघं." देवयानी. "आज रमा असती तर? (रमाच्या फोटोला नमस्कार करून) रमाताई... तुम्ही खूप काही miss करताहात, पण मला ठाऊक आहे तुम्ही सगळं काही बघत आहात. तुमचं स्मितहास्य सगळं काही सांगून जातं."

अण्णांनी त्यांच्या स्वप्नात येणारे संकेत; त्यांचे होवू घातलेले संबंध, आनंद-सानिका बद्दल रमाने दिलेले संकेत.... सगळं काही सांगून टाकले. "माधव... अरे हे तर सोन्याहून पिवळे म्हणावे!" देवयानी आनंदाने म्हणाली. "कधी खायला मिळणार आम्हाला लाडू?" धन्नासेठ. "अरे त्यांचे शिक्षण पूर्ण होवू द्या, जॉबमध्ये सेटल होवू द्या, त्यानंतरच्या ह्या गोष्टी. पण हो धन्ना... आपल्या मनाप्रमाणेच सगळं होईल याची खात्री आहे मला. रमाची अजूनही साथ आहे मला."

"अरे माधवा, मी पहिलेपासून सांगतोय.... तु देवत्व पावलेला माणूस आहेस. सगळं कल्याणकारीच होणार. माझी खात्री आहे." धन्नासेठ.

"आता झोपूयात का?" देवयानी, "आणि काय रे धनपत, सोमरस घेतल्यानंतर तु जास्तच fresh वाटायला लागला. तुझी आरामाची वेळ झाली आहे. माधव.... झोपा आता दोघेही. धनपत, रात्रीचे डोजेस घेतले कां?"

"हो. घेतले मघाशीच. चला आता आराम करू. गुडनाईट." देवयानीने धनपतचा हात धरून बेडरूममध्ये सेटल केलं. दिवा बंद करून ती परत बैठकीत आली. अण्णा बसलेलेच होते.

"झोपला नाही अजून?"

"तु आहेस न सोबतीला. असा योग येतो का पुन्हा पुन्हा?"

"जुने दिवस आठवलेत वाटतं. ग्रेटच आहेस तु."

"माझी किडनी काढली, मेंदू थोडी काढला. सगळं स्वच्छ स्पष्ट आठवतंय बघ."

"तुझ्याशी लग्न न करून मी चुकले की काय.... सारखं वाटतं माधव."

"आता काय उपयोग? आणि रमासारखा तुझा देखील अपघात झाला असता तर... कुणासाठी बोंब ठोकली असती. काही बिघडलं नाही देवी,

रमा माझ्यासाठी गेलीच नाही.... आणि माझी सख्खी मैत्रीण माझ्यासोबत आहे. भाग्याच्याच गोष्टी आहेत सगळ्या. विक्रम सारखा कर्तबगार नवरा तुला मिळाला.... काय हवं अजून?" अण्णा.

"वेडा आहेस तु. You know one thing? Love is an episode in the life of a man, is a complete life history of a woman. हा बेसिक फरक आहे तुझ्या माझ्या आयुष्यातला. सगळं गमावून देखील तु खुश आहेस माधवा, पण सगळं काही असून सुद्धा..."

"देवी.... 'चलो एक बार फिरसे अजनबी बन जाए हम दोनो'. जो अफसाना जिसे अंजाम तक लाना न हो मुमकीन उसे एक खूबसूरत मोड देकर छोडना अच्छा." अण्णा.

"मीच चुकले त्यावेळी. घाई घाईत निर्णय घेतला. तुला ताटकळत ठेवलं." देवी.

"तुम्हे भूल जाऊ ये मुमकीन नही है

कहीं भी रहूँ मै, मेरे दिलमें तुम हो.

ये सच है मोहब्बत, खुदा का नशा है

सलामत रहे तु ये मेरी दुआ है.

ना शिकवा है ना गिला है.

अपनी दोस्ती सलामत रहे." - अण्णा.

"अजूनही तोच माधव आहेस तु... कॉलेजातला. काही एक बदलला नाहीस. असाच रहा." डोळ्यांतील अश्रू पुसत देवयानी म्हणाली.

"झालं ते झालं देवी. आपण असेच दूर दूर राहू, तरीही मनाने एकच. झोपूया आता. जा शांत चित्ताने झोप. गुडनाईट." असं म्हणून अण्णा उठले व बेडरूमकडे गेले. त्यांना जाताना बघून त्यांच्या पाठमोऱ्या आकृतीकडे बघत अश्रू ढाळत देवयानी तशीच बसली होती.

दुसऱ्या दिवशी सुधाकरने बबलू ड्रायव्हरला फॉर्च्युनर घेवून धनपतसेठ व देवयानीला नागपूर एअरपोर्टला सोडण्यास सांगितले. तिथून विमानाने ते अहमदाबादला जाणार होते. साठवणे व नरवाडे अण्णांचा निरोप घेऊन रवाना झाले. कार्यक्रमाची गर्दी ओसरल्यावर एक दिवस चंदा कार्यक्रमाचे फोटो अल्बम घेवून आली. अण्णा व चंदा फोटो बघण्यात गर्क होते. अण्णांच्या 4 BHK flat चे आतले फर्निचर व डेकोरेशनची कल्पना चंदाचीच होती. Flat चे फोटो पाहून झाल्यावर चंदाने flat ची चावी अण्णांना दिली.

"कधी जाताय मग अण्णा नवीन जागी!"

"आपणच जावूया तिथे अधून मधून चौसर खेळायला. आणि हो, तुम्हाला कधीही काम पडलं तर वापरा हो आपला flat." अण्णा हसुन म्हणाले.

"अण्णा, तुम्ही इथेच रहा. तुम्ही गेलात तर आम्हाला करमणार नाही. आम्ही पण येवू तुमच्यासह जेव्हा जेव्हा तुम्ही जाल तिकडे. चालेल?"

"चंदा, हे आमचं तुमचं कशाला करतेस? आपला flat आहे असं समजायचं. मग प्रश्नच मिटला. हो कि नाही?"

"अगदी मनातलं बोललात अण्णा. कधी करता गृहप्रवेश?" चंदा.

"कधीपण. त्यासाठी नव्याने मुहूर्त बघण्याचे कारणच नाही. करूया लवकरच."

स्वयंपाक करून चंदा निघून गेली. Flat ताब्यात मिळाल्याची खबर अद्याप गायत्री-सानिकाला नव्हती. त्या कशा react करतील ह्या बद्दल अण्णा जरा साशंकच होते. ह्या ठिकाणी स्वाभिमान आडवा येवू शकत होता. पण तसलं काही होणार नाही ह्याची दक्षता अण्णांनी आधीच घेतली होती. Take it easy and make it simple ही त्यांची policy होती. त्यांच्या त्या स्वभावामुळेच सगळ्या वयातील लोकं त्यांच्याशी मिळून मिसळून वागायची. पण सगळं काही शिस्तीत. शिस्तीच्या बाहेर

कधीही ते गेले नाहीत किंवा कुणाला जावू दिले नाही यामुळेच संपूर्ण कॉलनीत त्यांचा धाक पण होता आणि आदर देखील.

San Antonio मधील ऑफिसमध्ये आनंद कामावर रुजू झाला. अरविंदच्या ओळखीमुळे त्याला छान घर मिळाले. सानिकाच्या अभ्यासात व्यत्यय येवू नये म्हणून तोच weekend ला Austin ला जात असे. सानिकाच्या अभ्यासाचे त्याने केलेले planning गायत्रीला खूप आवडले. Week end party मध्ये त्याची ओळख हॅरी, ग्रेसी व स्टेलाशी झाली होती. त्याच्या Biotechnology चा संबंध Semiconductors शी कसा येऊ शकतो ह्या बद्दल तो सांगत होता, "The intersection of semiconductors and biotechnology often called Bio-electronics is one of the most transformative fields in modern science. By bridging the gap between biological signals i.e. ions and electronic signals i.e. electrons, semiconductors allow us to talk to biological systems in real time." Next Gen DNA sequencing साठी Semiconductors कसे उपयुक्त राहतील याबद्दल त्याने विस्तृत माहिती दिली. Genomics ह्या विषयाला धरून research करण्याचा मानस त्याने बोलून दाखवला. लगेच अरविंद, हॅरी व स्टेला ह्यांनी आपापसात चर्चा करून आनंदला research partner करून टाकले. Future diversification ला ह्यामुळे भरघोस मदत मिळणार होती. सानिका, गायत्री, ग्रेसी त्याच्या हुशारीचं कौतुकच करत होत्या. एका semiconductor foundry चे Research Institute मध्ये रुपांतर होणार होतं. सर्वांसाठीच ही अभिमानाची गोष्ट होती.

अरविंदच्या checkup मध्ये सगळं काही Normal निघाले होते व ग्रेसीची तब्येत उत्तमच होती. सानिका, स्टेला व ग्रेसी एकमेकीच्या घनिष्ठ मैत्रिणी झाल्या होत्या. Weekend ला देखील आनंद काम करू लागला. त्याला त्यातच करीअर बनवायचं होतं. पण म्हणून तो weekend party miss करणार नव्हता.

"इतक्या busy schedule मध्ये तु आराम कधी करशील आनंद?" सानिकाने विचारले. तिचा प्रश्न अगदी रास्त होता.

"अगं, आरामासाठीच तर retirement असतं. आता फक्त काम करायच मग आरामच आराम," आनंद.

"आई-बाबांना कळलं तर रागावतीलच ते." सानिका.

"बाबा नाही रागावणार. त्यांना सारखं काम करायला आवडतं. आईचं सांगता येणार नाही. पण मी समजावेन तिला." आनंद. कामाबद्दल त्याचा उत्साह, त्याची उत्कंठा खरोखरच वाखाणण्यासारखी होती. एक होतकरू मुलगा आपल्या फर्ममध्ये रिसर्च करण्यास आल्याबद्दल सगळेच त्याची तारीफ करीत होते.

आजचा दिवस आनंद सानिकाकडेच मुक्कामी होता. तिच्या अभ्यासाचे पूर्ण नियोजन त्याने करून दिले. ते बघून गायत्रीला मजा वाटत होती. मेडिकलचे तिचे दिवस तिला आठवले. सानिकाला मेडिकल अभ्यासक्रम आवडलेला होता व ती अभ्यासात पूर्णपणे बिझी होती. कालांतराने तिला मेडिकल डिग्री मिळाल्यावर Postgraduation in Nephrology करण्यास तिने ॲडमिशन घेतली. आनंदच्या रिसर्चचा फायदा संपूर्ण जगाला झाला होता. अरविंद व हॅरीच्या कंपनीने त्यामुळे नावलौकिक कमावला होता. हॅरी व स्टेलाचे लग्न झाले होते. त्यांचा संसार सुरळीत सुरु होता. ग्रेसी आता matron झाली होती. अतिशय शिस्तबद्ध अशा ग्रेसीने खूप नाव कमावलं. गायत्री आता H.O.D. Medicine झाली होती. तिच्या जबाबदाऱ्या खूप वाढल्या होत्या. आनंद सानिकाच्या मैत्रीचे प्रेमात रूपांतर झाले होते. आणखी दोन वर्ष त्याला सानिकाच्या अभ्यासात मदत करायची होती.

दोन वर्षांनंतर सानिका full fledged Nephrologist झाली होती. गायत्रीच्याच हॉस्पिटलमध्ये तिला Department post मिळाली होती. आनंद – सानिकाच्या प्रेमाची गोष्ट अण्णा, सुधाकर, चंदा पर्यंत पोहोचली होती. तिघांच्याही आग्रहानुसार त्या दोघांचे लग्न अकोल्यातच

करण्याचे ठरले. ती कल्पना सर्वांनीच उचलून धरली. चंदाला हे सगळं बघून खूप आनंद झाला होता. आता अण्णांशी आपसूकच त्यांचं नातं जुळलं होतं. धूमधडाक्यात लग्न पार पडलं. सगळे नातेवाईक, पाहुणे जमले होते. वरातीत दामोदर, बबलू, भगत, वाघमारे, जिग्नेश नाचण्यात अव्वल होते. लग्नानंतर आनंद सानिकाची रवानगी रमा-माधव सोसायटीतील अण्णांच्या flat वर करण्यात आली. एका नवीन नात्याची सुरुवात झाली होती.

अण्णांच्याच घरी धनपतसेठ, देवयानी, जिग्नेश यांची बैठक झाली. ३ मे रोजी त्यांच्या Group of Industries चे विलीनीकरण करून नवे नामकरण करण्याच्या प्रस्ताव ठेवण्यात आला. कार्यक्रम अर्थात अहमदाबादलाच होता. ३ मे ला अवकाश असल्याने लगेचच सर्वांना तसेच परदेशातील आप्तेष्टांना आगावू कल्पना देण्याचे ठरले. धनपतने ३ मे विषयी कुठलीही स्पष्टोक्ती केली नाही. फक्त कार्यक्रम मोठ्या स्तरावर करण्याचा मानस त्यांनी व्यक्त केला.

बघता बघता ३ मे उजाडली. आज अहमदाबादला सर्व मंडळी हजर होती. परदेशातून अरविंद, गायत्री, आनंद-सानिका, हॅरी, स्टेला, ग्रेसी तसेच देवयानीचा मुलगा मकरंद, धनपतची मुलगी मनिषा व अनेक नामवंत आलेले होते. धनपतराय अँड कंपनीच्या मेन ऑफिस समोर एक विशाल मंडप उभारला होता. स्टेज फारच विस्तीर्ण पसरलेले होते त्यावरून कार्यक्रम किती मोठा आहे हे ताडता येत होते. साठवणे, नरवाडे, देवयानी सोबत इतर तरुण मंडळी कार्यक्रमाची जय्यत तयारी करताना दिसत होते. अकोल्यातील सर्व आप्तेष्ट मिळेल त्या कामाला लागले होते. जिग्नेश सर्व गोष्टींवर लक्ष ठेवून होता. हंसा पाहुण्यांचे स्वागत करीत होती. सुधाकर, चंदा, अण्णा सानिका व आनंदशी गप्पागोष्टी करताना व्यस्त दिसत होते. कार्यक्रमाची तयारी बघूनच दामोदर व प्रमिलाचे डोळे दिपून गेले होते. धनपत स्वतः कंपनीच्या पाटीकडे बघून कुणाला तरी सारख्या सूचना देत होता. आज तो फारच उत्साही दिसत होता. त्याच्या अनेक छोट्या मोठ्या कंपन्या आज

एकाच छत्रछायेखाली येणार होत्या. डॉ. नरेश शहा व डॉ. देशपांडे कसल्यातरी विषयावर चर्चा करीत होते. त्यांच्याशी डॉ. केसरकर देखील अधून मधून बोलत होते.

सर्व मान्यवरांच्या उपस्थितीत कार्यक्रम सुरु झाला. धनपतचे भाषण कार्यक्रमाचे प्रमुख आकर्षण होते. सर्वांना समजेल अशा हिंदी, मराठी व इंग्रजीत तो बोलत होता. त्याच्या आजारपणातील कष्टप्रद दिवसांविषयी तो बोलत होता व त्याचा Blood Group 'Bombay' कसा निघाला व त्याच्या मित्राने त्याला किडनी देऊन त्याचे प्राण कसे वाचविले यावर त्याने प्रकाश टाकला. ३ मे ची तारीख निवडण्याचे कारण ३ मे १९५२ रोजी Bombay Group चा शोध मुंबईतील डॉ. भेंडेंनी लावला व त्याचे औचित्य साधून हा कार्यक्रम आज अरेंज केल्याचे त्याने सविस्तर सांगितले. त्याच्या बोलण्याचे Translation करून अरविंद हॅरी, स्टेला व ग्रेसीला समजावून सांगत होता.

ऑफीसच्या प्रवेशद्वाराजवळील उंच कमानीवरील नवीन Board च्या उदघाटनासाठी खास अण्णांना बोलावण्यात आले. Electronic switch दाबून कमानीवरील जुने नाव हटले व त्याजागी झळकू लागले "The Bombay Group of Industries," टाळ्यांच्या कडकडाटात त्या नवीन नामकरणाचे स्वागत झाले. नाव बघून सर्व मान्यवरांना आनंदही झाला व आश्चर्यदेखील. धनपतच्या सुपीक डोक्यातून ही कल्पना उतरली होती. अण्णांच्या हातून उदघाटन झाल्याबद्दल अण्णांना धन्य धन्य वाटत होते. आज केवळ धनपतची तब्येत सुधारल्यामुळेच हा कार्यक्रम शक्य झाला होता पण त्याचे खरे श्रेय अर्थात अण्णांनाच जात होतं. Bombay Group of Industries हे नाव बघून डॉ. नरेश शहा व डॉ. देशपांडे धनपतचे अभिनंदन करत होते. हे नवीन नाव अगदी सार्थक ठरले होते.

कार्यक्रमानंतर जंगी पार्टी झाली. तरुण मंडळी नाचण्यात व्यस्त होती. इतर मंडळी happy hours enjoy करीत होते. 'बडा खाना' परदेशी पाहुण्यांसाठी विशेष आकर्षण ठरला होता.

"आता परत कधी भेट होणार रे माधवा?" देवयानीने विचारले.

"आठवण आली की सरळ वाहनातून निघून यायचे इकडे. तसेही आता म्हातारपणात चालते फिरते आहोत तोवर भेटत रहायचं. एका Visit नंतर लगेच दुसरी Visit plan करायची. त्यातच खरी मजा. मग असले प्रश्न उद्भवतच नाहीत." अण्णा.

"खरंय तुझं. मी येत राहीन तुझ्याकडे अधून मधून. काळजी घे."

"तु सुद्धा जप तब्येतीला. आता वजन कमी कर म्हणजे अर्धे आजार गायब होतील."

"तसंच करून दाखवीन मी. वजन कमी करूनच येईन तुझ्या भेटीला."

"That's great. चल, धनपतचा निरोप घेवून आम्ही सर्व आता रवाना होतो. त्याला देखील आराम करायला सांग. Ok?"

"OK. असं वाटतं तु माधवा इथेच राहा. मी miss करणार नाही."

"शु:SSS; देवी सगळ्या गोष्टींना आता उशीर झालाय. आनंदात रहा. आपण भेटत राहू. मला निघायलाच हवं. माझी रमा माझी वाट बघत असेल. माझा टफी माझी वाट बघत असेल. मला माझ्याच भावविश्वात रममाण होवू दे. तु काळजी घे. संपर्कात रहा. बाय....."

मुंबईपर्यंत सर्व अकोलेकर व अरविंद, गायत्री, आनंद, सानिका पोहचले होते. हॅरी, स्टेला, ग्रेसी भारत दर्शनास जाणार होते. सुधाकरच्या Ten-sitter मधून पुन्हा एकदा प्रवास सुरु झाला. इतका आनंददायी प्रवास सर्व प्रथमच अनुभवत होते. अकोल्यातील ३-४ दिवसांच्या वास्तव्या दरम्यान आनंद सानिका अण्णांच्या नवीन flat वर रहायला गेले. जातांना अण्णांची बुलेट न्यायला ते विसरले नाही. अरविंद गायत्री अण्णांकडेच रहायला होते. खूप वर्षांनंतर ते अकोल्याला आले होते. गायत्री तर प्रचंड आनंदात होती. सगळे दिवस जेवणाची सोय चंदाने तिच्या घरीच केली होती. आता मैत्रीचे रुपांतर नात्यात

झालं होतं. चौसर मात्र नियमित सुरु राहणार होता... आयुष्याचा चौसर!

साठवणेंच्या हॉटेल मध्ये एक दिवस राहून अरविंद, गायत्री, आनंद, सानिका अमेरिकेस रवाना झाले. आता अकोल्याच्या घरी अण्णा एकटेच रहात होते. सोबतीला टफी व असंख्य मौल्यवान आठवणींचा खजिना होता. उरलेले आयुष्य मजेत पण परमेश्वराची भक्ती करण्यात घालवायचं त्यांनी ठरविलं. सगळी गँग घेवून अमेरिका वारी plan झाली होती. अण्णा रात्री लवकर रिटायर व्हायला लागले. आयुष्य सार्थकी लागल्याचं समाधान त्यांच्या चेहऱ्यावर झळकत होतं. ते तेजस्वी अण्णा आता जप करता करता झोपी जात असत. ऐकायला मात्र यायचे

जय जय राम कृष्ण हरि

जय जय राम कृष्ण हरि

जय जय राम कृष्ण हरि

----0000----

www.ingramcontent.com/pod-product-compliance
Lightning Source LLC
LaVergne TN
LVHW100320210926
848480LV00003B/1190